இலங்கு நூல் செயவலர்

நாகரத்தினம் கிருஷ்ணா

முனைவர் க. பஞ்சாங்கத்திற்கு.....

பொருளடக்கம்

முன்னுரை

க.பஞ்சாங்கம் குறித்து எழுதவேண்டும் என்ற ஆர்வம் நிர்பந்தத்தால் கட்டமைந்ததல்ல, ஒருவகை ஆர்வத்தால் பிறந்தது. ' கிருஷ்ணப்ப நாயக்கர் கௌமுதி' நாவலை முன்வைத்து அவர் வெளிக்கொணர்ந்த 'வியத்தலும் பாராட்டுதலும்' என்தொரு தீப்பொறி அதற்குப் பொறுப்பு. பேராசிரிய ஆடம்பரங்களைக் களைந்து மொழிமீது உண்மையானக் காதலின்பாற்பட்ட அவருடைய சிந்தனை, படைப்பிலக்கியத்தை நடுநிலை பிறழாமல் மதிப்பிடும் நேர்மை; நியாயமென உணர்ந்தவற்றை அஞ்சாமல் தெரிவிக்கும் துணிவு போன்றவை அத்தீப்பொறியை செந்தழலாக மாற்றின. அம்மனிதரோடு ஓப்பிடுகையில் எனது சிறுமையையும் உணர்கிறேன். அவர் மாத்திரமல்ல திருவாளர்கள் பிரபஞ்சன், ரெ.கார்த்திகேசு, வே.சபாநாயகம், கி.அ.சச்சிதானந்தன், தமிழவன் ஆகியோரை நான் கவனத்திற்கொண்டது, அவர்கள் எனது நூல்களை வாசித்து பாராட்டிய பின்னரே. பிரபஞ்சன் எல்லா நூல்களையும் வாசிப்பார், பிடித்திருந்தால் கண்களில் நீர்கசிய பாராட்டுவார். சிறியவர் பெரியவர் பேதம் பார்ப்பதில்லை. மேலே நான் குறிப்பிட்டிருந்த பலரும் அப்படியானவர்கள்தான். அவர்களைப்போல பரந்த வாசிப்பு எனக்கில்லை. சிற்றிதழ்கள், நண்பர்களின் பரிந்துரை இணையதளங்களின் சிபாரிசு ஆகியவற்றின் அடிப்படையில் தேர்வுசெய்கின்ற போக்கால் பல நேரங்களில் நல்ல நூல்களை இழக்கிறேன். படைப்பாளிக்கு இதனால் எவ்வித நட்டமுமில்லை, வாசகராகிய நமக்கே நட்டமெல்லாம். பலனாக பல நேரங்களில் கனியிருக்க காயைதேர்வு செய்து அல்லாட வேண்டியிருக்கிறது.

காலத்தின் சகாயத்தினால், க.பஞ்சாங்கத்தின் நூல்கள் சிலவற்றை வாசிக்க ஆரம்பித்தேன். அந்நூல்களைப் பற்றி எழுதுவது அவசியமாகிறது. தமிழ், மொழி, இனம், தமிழ் தேசியமென்று, உண்மையில் அக்கறைகொண்டு இயங்குகிற நெஞ்சங்களுக்காக இந்த அவசியம், அத்தியாவசியமாகிறது. ஆரவாரமின்றி மொழிக்கு உழைத்துக்கொண்டிருக்கிற க. பஞ்சாங்கம் போன்றவர்களால்தான் தமிழ் ஜீவித்துக்கொண்டிருக்கிறது என நம்புகிறேன். தமிழுக்குப் பருவ

மழைபோல துணைநிற்கிற பஞ்சாங்கம் போன்ற மனிதர்கள் அங்கொ-
ருவர் இங்கொருவர் என இருக்கவே செய்கிறார்கள். அந்த ஒருவர்
நீங்களாகக்கூட இருக்கலாம். உங்கள் அறிமுகம் எனக்கு வாய்க்கா-
மல் போயிருக்கலாம், உங்கள் உழைப்பு எனக்கு தெரியாமலிருக்க-
லாம். ஆக க.பஞ்சாங்கத்தை எழுதுவதென்பது உங்களை எழுதுவ-
தைப்போல.

என்னைப்பற்றிய தெளிவையும் நண்பர்களுக்கு தெரிவித்துவிட-
வேண்டும். எனக்கு படைப்பிலக்கியம் வரும், நவீன உலகின் போக்-
குகளை முன் வைத்து காத்திரமான விமர்சனங்களை முன்வைக்கும்
திறனுமுண்டு, எனவேதான் சாமர்த்தியமாக எனக்கு இணக்கமான
நவீன இலக்கியம் சார்ந்த பேராசிரியரின் திறனாய்வினை இங்கே
பரிசீலனைக்கு எடுத்துக்கொண்டேன்.

க. பஞ்சாங்கத்தின் இலக்கிய திறனாய்வு கட்டுரைகள் இரு
தொகுதிகளாக வந்துள்ளன. இரண்டுமே காவ்யா வெளியீடு, நூற்-
றுக்கு மேற்பட்ட கட்டுரைகள் இரண்டாயிரம் பக்கங்கள். தொன்ம
இலக்கியங்கள், நவீன இலக்கியங்களென மரபு நவீனம் இரண்-
டையும் திறனாய்வு செய்திருக்கிறார். இரண்டாயிரம் பக்கங்களில்
படைப்பிலக்கியத்தை எழுதலாம், திறனாய்வு என்பது வேறு. ஒப்பிட
முடியாத உயர்வான பணி. மொழியின் மீது தீராத காதலும், அக்-
கறையும் அதற்கு மனமுவந்து உடலுழைப்பை தரவல்ல முனைப்பும்
வேண்டும். முடிந்த அளவிற்கு திறனாய்வு பொருளுக்கு உதவவல்ல
நூல்களை சேகரிக்க வேண்டும், அவற்றைப் புடைத்து தூற்றி பதர்-
களையும் கற்களையும் அகற்ற வேண்டும். பொறுமையுடன் வாசித்து
'ஒருபாற் கோடாமை மனத்துடன் ' உள்வாங்கியும், உள்வாங்கிய
வற்றை சீர்தூக்கியும், சீர்தூக்கியவற்றை நடுவு நிலை பிறழாமல்,
எண்ண ஓட்டத்தை உள்ளது உள்ளவாறே எழுத்தில் வடிக்கவும்
தெரிந்திருக்க வேண்டும், அசாதரண உழைப்பின்றி இது சாத்திய-
மல்ல. வாசித்து எழுதியதைக் காட்டிலும் விருதுகளைப்பட்டியலிடும்
மனிதர்களுக்கிடையில் பேராசிரியர் போன்ற அபூர்வ மனிதர்களும்
இருக்கவே செய்கிறார்கள். இந்தத் தமிழ் சஞ்சீவியைக் கொண்டா-
டினால்தான் இந்த இனத்திற்கு விமோசனமென்று ஒரு சராசரி தமி-
ழனாக நினைக்கிறேன். பஞ்சாங்கத்தை எழுதுவது எனது தமிழை
எழுதுவது.

நவீன இலக்கிய கோட்பாடுகள் என்ற முதற்தொகுப்பு -காவ்யா
வெளியீடு - 68 கட்டுரைகள் இருக்கின்றன. இன்றைய இளம்

படைப்பாளிகள் ஒவ்வொருவர் கையிலும் இருக்கவேண்டிய கையேடு. நவீனத் தமிழிலக்கியத்தின் உட்கூறுகளான புதுக் கவிதைகள், தலித் இலக்கியம், பெண்ணிலக்கியம் போன்ற திணைகளையும், அக்கலை நேர்த்தியை செப்பனிடக்கூடிய கருவிகள் பற்றியும், சு.ரா. தமிழ் ஒளி, இ.பா. சிற்பி, தமிழன்பன், பிரபஞ்சன் போன்ற மூத்த படைப்பாளி-களின் பங்களிப்புகள் பற்றிய கட்டுரைகளும், நவீன இலக்கியத்திற் தாக்கத்தினை ஏற்படுத்திவரும் பிற காரணிகள் பற்றியதுமான கட்-டுரைகள் இடம் பெற்றிருக்கின்றன. அவற்றுள் பெண்ணிலக்கியம், தலித் இலக்கியம், எடுத்துரைப்பு ஆகியவை எல்லோர் கவனத்திற்-கும் கொண்டு செல்லப்படவேண்டியவை.

1

திறனாய்வும் திறனாய்வாளரும்

க.பஞ்சாங்கத்தின் திறனாய்வு கட்டுரைகளின் முதற் தொகுப்பு நவீன இலக்கிய கோட்பாடுகள். இதற்கு அணிந்துரை பாரதி புத்திரன் என்பவரால் எழுதப்பட்டுள்-ளது. எப்போதுமே பலநேரங்களில் 'ஏதோ கேட்டார்கள் எழுதினேன்' என்பதுபோல சில அணிந்துரைகள் அமைந்துவிடும். இந்நூலுக்கான அணிந்துரை அவ்வாறு எழுதப்பட்டதல்ல. எழுதியிருப்பவர், உள்ளத்தால் க. பஞ்சாங்கத்தோடு அண்மித்-தவராக இருக்கவேண்டும், எனினும் மருந்துக்கும் துதிபாடல்களில்லை. நூலாசி-ரியருக்கும் நூலுக்கும் எது பொருந்திவருமோ அதனைக் கூடுதல் குறைவின்றி சொல்லி யிருக்கிறார்.

"மனித நேயம் மிக்கதோர் இலக்கிய திறனாய்வாளனின் சமூகத் தொண்டாக, வாழ்வின் உண்மை நோக்கிய தேடுதலாக அவர் தம் பணிகளை - படைப்புகளை உணர முடியும்" என ஒரிடத்தில் பாரதிபுத்திரன் குறிப்பிடுகிறார். இலக்கிய நண்-பர்களால் 'பஞ்சு' என அழைக்கப்படும் க. பஞ்சாங்கத்தின் உழைப்பை இதனினும் பார்க்க வேறு சொற்களால் செறிவுடனும், பெருவெடிப்பு பிரகாசத்துடனும் சொல்ல இயலாது. இவாக்கியத்தை வாசித்தபோது பஞ்சாங்கம் குறித்த எனது முடிவில் தவறில்லை என்பதை உணர்ந்தேன். இத்தொடரை எழுத உந்து கோலாக இருந்த சக்திமிக்க சொற்கள் அவை.

கலை இலக்கியம் இரண்டுமே எங்கிருந்து வருகின்றன என்பதைப் போலவே எவரிடம் போய்ச்சேருகின்றன என்பதன் அடிப்படையிலும் முக்கியத்துவம் பெறு-கின்றன. தேர்ந்ததொரு சிற்பியின் கைவண்ணத்தில் உருவாகும் சிலையில் அழகும், கலை நேர்த்தியும், உணர்வின் வெளிப்பாடும், உரையாடும் மொழியும், அதன் பின்-னல்களும், வளைவுகளும், நெளிவு சுளிவுகளும், நேர்க்கோடுகளும் ஏற்ற இறக்கங்-

களும், தவழலும், நடையும், ஓட்டமும், மழலைப்பேச்சும், ஊடலும் சிணுங்கலும் இன்னமும் இதுபோன்ற படைப்பிலுள்ள எண்ணற்ற கூறுகளும், அணுக்களும், இதயத்தில் இறங்கவும் உடல் சிலிர்க்கவும் ஒருவன் தேவை. நீரில் மிதக்கும் நிலவை உள்ளங்கையில் ஏந்தி உதிரத்தில் வெதுவெதுப்பை உணர்வதென்பது எல்லோருக்கும் சாத்தியமல்ல. அவன் வாசகன் மட்டுமல்ல வாசகனுக்கும் மேலானவன், படைத்தவனைக் காட்டிலும் ஒரு படி உயர்ந்தவன் - ஒரு தேர்ந்த திறனாய்வாளன். ஒரு நல்ல தலைவிக்கு உரிய தலைவன் அமைவதுபோல அது நிகழவேண்டும். அது நிகழாதவரை அந்த நூல் தனது பிறவிப்பயனை எட்டியதாகச் சொல்வதற்கில்லை. தமிழிலக்கியக் கொப்பில் முகிழ்த்து இதழ்பரப்பிய அநேக மலர்களை முகர்ந்து முகர்ந்து அதன் நறுமணத்தையும் துர்க்கந்தத்தையும் இனம் பிரிக்க அளப்பரிய ஞானமும், பழுத்த அனுபவும் வேண்டும்.

க. பஞ்சாங்கத்தின் இரு திறனாய்வு நூல்களை முன்வைத்து இத்தொடரை எழுதுவதால் திறனாய்வு என்பதென்ன? ஒரு திறனாய்வாளன் என்பவன் யார்? என்ற கேள்விகளை எழுப்பி அதற்கான பதிலை தருவது முகவரிபோல அவசியமாகிறது. படைப்பிலக்கியத் துறையில் படைப்பு சார்ந்து வினையாற்றுபவர்களை மூன்று வகையினராக பிரிக்கலாம்

1. வாசகர்கள் 2. படைப்பாளிகள் 3. விமர்சகர்கள்

1. இரசிகர்கள் - வாசகர்கள்: படைப்பு துறையின் முதற்படியில் இருப்பவர்கள். அறிதலில் ஆர்வம் காட்டுபவர்கள். இரண்டாவது படிநிலையான படைப்பாளியாக உருமாறும் ஆற்றல் இருந்தும் அதனைத் தொழிற்படுத்த விருப்பமின்றி இருப்பவர்கள். வெகு சன ரசனையிலிருந்து மாறுபட்டவர்கள். உயிர் வாழ்க்கையே தேடல்கள் என்ற உந்து சக்தியால் முன் நகர்த்தப்படுகிறது என்பதைக் கிஞ்சித்தும் உணராமல் வாழ்ந்து சாகும் பெரும்பான்மை சமூகத்திடமிருந்து மாறுபட்ட சிறுபான்மையினர். படைப்புலகின் பூகோளத்தை புரிந்துகொள்ள கூடியவர்கள், அதன் தட்ப வெப்பத்தில் பயணிக்க அறிந்தவர்கள். இவர்கள் ஞானத்தைக் குறைத்து மதிப்பிடமுடியாது,

2. கலைஞர்கள்- படைப்பாளிகள்: உணர்வுகளால் வழிநடத்தப்படுபவர்கள். வாசிப்பு தந்த உந்துதலால் படைப்பாளியாக உருமாருகிறவர்கள். புத்தக வாசிப்பும், மனித வாசிப்பும், கற்றதும் கேட்டதும், உற்ற அனுபவமும் பிறருடன் பகிர்ந்துகொள்ளும் அக விழிப்புக்கு ஆளாகிறார்கள். கழுகின் பார்வையிருந்து தப்பித்து ஓர் அரவம் போல இண்டு இடுக்குகளிலும் புதர்களிலும் ஊர்ந்தும், சுருண்டும் முடங்கியும் கிடப்பவர்கள், பெருமூச்சுக்குச் சொந்தக் காரர்கள். ஏதோஒருவகையில் எல்லாவற்றுடனுமான இவர்களின் முரண்களும், மொழியும், மொழி சார்ந்த அழகியலும் எடுத்துரைப்பிற்கு இவர்களை இழுத்துவருகிறது,

3. கலை விமர்சகர்கள் மற்றும் திறனாய்வாளர்கள்: இவர்கள் கல்வியாளர்கள். உணர்வில் தோய்ந்தபோதும், வேண்டும்போது விலகியிருக்கக்கூடிய தெளிவு கொண்டவர்கள். அறிவில் தெளிவும் அனுபவத்தில் முதிர்ச்சியும், தடுமாறாத மனமும் இவர்களை கலை விமர்சகர்களாகவும் திறனாய்வாளர்களாகவும் செயல்பட ஊக்குவிக்கிறது. திறனாய்வு என்பது வல்லுனர்களின் பணி. கல்வி, அனுபவம், எப்பொருள் குறித்து திறனாய்வு செய்கிறார்களோ அப்பொருள் பற்றிய முழுமை- யான அறிவுடன மூன்றும் அமையவேண்டும். திறனாய்வாளர்களுக்கு அவர்களின் எல்லைகள் பிடிபடுவதுபோல தோற்றந்தரினும் பல நேரங்களில் அவர்களைத் திக்- குத் தெரியாத காட்டில் அல்லாடவும் செய்யும்.

மேற்கண்ட மூன்று வகைபாட்டில் க. பஞ்சாங்கம் ஐயமின்றி மூன்றாவது பிரி- வுக்குள் வருகிறார். கலைஞர்களும் படைப்பாளிகளும் எங்ஙனம் ரசிகர்களாகவும் வாசகர்களாகவும் தொடர்ந்து செயல்படுகிறார்களோ அங்ஙனம் கலைவிமர்சகர்க- ளும், திறனாய்வாளர்களும் மேற்கண்ட இரு பிரிவின் கீழ் தொடர்ந்து செல்படுகி- றவர்கள் அதாவது தொடர்ந்து வாசிப்பவர்களாகவும், உந்துதல் தலைப்படுகிறபோது படைப்பாளிகளாகவும் செயல்படுகிறவர்கள். கடும் வாசிப்பின்றி திறனாய்வுகளுக்கு சாத்தியமில்லை என்பதால். வாசிப்பில் தொடர்ந்து கூடுதலாக கவனம் செலுத்து- கிறார்கள். க. பஞ்சாங்கம் சோர்வின்றி வாசிப்பவர், வாசிப்புதான் அவரது சுவா- சத்தை சீராக வைத்திருப்பதாக நினைக்கிறேன். அவர் கவிஞர், நாவலாசிரியர் என்பதையும் நாம் அறிவோம்.

திறனாய்வு?

இலக்கிய திறனாய்வு என்பது தேடல், வாசிப்பு, ஒப்பீடு, மதிப்பீடு, முடிவெடுத்- தல் என்கிற வினைத்திறன்களை உள்ளடக்கியது. எழுத்தூடாக பிறிதொரு பனு- வல் பற்றிய தமது வாசிப்பு, உணர்தல் மற்றும் தெளிதலை மூன்றாவது மனி- தருடன் பகிர்ந்துகொள்ளல், அடிப்படையில் ஓர் ஒப்பீடு நோக்கு. ஒரு விவாத களம்: ஒரு புறம் திறனாய்வாளன் -திறனாய்வு; எதிர் திசையில் பிரதி - படைப்- பாளி. உண்மையில் இவ்விவாதகளத்தில் ஒரு தரப்பில் திறனாய்வாளர் உருவத்- தில் அவரைக் கட்டமைத்த அரசியல், பொருளாதாரம் மற்றும் சமூகக் காரணிகள். தன்னை உருவாக்கிய சமூகம், மனிதர்கள், அவற்றின் இயக்கம் ஆகியவற்றைக் குறித்த அவரது நியாயங்கள் முடிவுகள், தெளிதல் அடிப்படையில் கையளிக்கபட்ட பனுவலின் குறை நிறைகளை அவர் விவாதிக்கிறார். பனுவலின் கலைநேர்த்தி, மொழி, சொல்லாடல்கள், எடுத்துரைப்பு என்றெல்லாம் தொடர்ந்து அவதானிப்ப- தும், வியப்பதும் திறனாய்வாளரின் பின் புலத்தைப் பொருத்தது. அவர்கள் ஏற்றுக்- கொண்ட சமூக மதிப்பீடுகளைக்கொண்டே பனுவலை அணுகுகிறார்கள் என்பதை ஒரு போதும் தமிழ்ச்சூழலில் நாம் மறக்கக்கூடாது.

க. பஞ்சாங்கம் என்ற திறனாய்வாளர்

<u>மேற்கத்திய உலகில் திறனாய்வில் இருவகையுண்டு:</u>

1. பாராட்டுவதுபோல இகழ்வது (La Critique Péjorative): நேர்மறையான விமர்சனங்களில் ஆரம்பித்து பின்னர் பனுவலை சிறுமை படுத்துவது

2. இகழ்வது போல பாராட்டுவது (La critique méliorative): எதிர்மறை- யான விமர்சங்களில் ஆரம்பித்து; சிறப்புகளை பேசுவது

தமிழ் திறனாய்வுகளை கீழ்க்கண்டவகையில் வகைபடுத்தலாம்

1. துதிபாடும் விமர்சனங்கள் 2. வசைபாடும் விமர்சனங்கள் 3. தன்னை அண்டி இருப்பவர்களை உற்சாகப்படுத்தவும், தன் இருப்பைச் சொல்லவும் எழுதப்- படும் விமர்சனங்கள் 4. நடு நிலையான திறனாய்வாளர்கள்.

க. பஞ்சாங்கம் இந்த நான்காம் வகைமைக்குள் வருகிறார் என்பதை அவரது திறனாய்வு கட்டுரைகள் தெரிவிக்கின்றன. பாரதி புத்திரணின் அணிந்துரையில் உபயோகித்துள்ள வார்த்தைகளின் படி "உயர்கல்வி,பேராசிரியர், ஒற்றைப் பரிமான- பார்வையில் பன்முகத்தன்மை, சிறு பத்திரிகைகள் அறிமுகமும் உறவும், பார்வை முதிர்ச்சி, தொன்ம இலக்கியங்கள், பின்நவீனத்துவ பார்வை, வாசிப்பில் தெளிவு" எனும் பல்வேறு கூறுகள் அவரது சிறந்தொரு திறனாய்வாளராக உருவாக்- கியிருக்கின்றன. அனைத்துக்கும் மேலாக "இந்தியன் இப்படிபட்டவன், தெலுங்- கன் இப்படிபட்டவன், அந்த சாதிக்காரன் இப்படிப்பட்டவனென்று அன்றாடம் உரைக்கப்படும் பொதுவிதிகளைப் புறக்கணித்து மனித மனம் அவற்றையும் கடந்து ஆழமானது என்று மனிதனைப் பற்றிய புதிரிலும் மூழ்கிவிட்டவர் பஞ்சு"

எனவேதான் தமிழ் புதுக்கவிதையின் வரலாறுகள் எழுதமுற்பட்டவர்களில் பலர் எங்ஙனம் குறுக்கு சால் ஓட்டினார்கள். பேரறிஞர்கள் எனசொல்லிக்கொண்டவர்கள் எல்லாம் தமிழின் புதிய வழித்தடத்தை அங்கீகரிப்பதில் காட்டிய தயக்கமென்ன என்பதைச் சொல்ல முடிந்தது. தஞ்சாவூர் தமிழ்ப் பல்கலைகழகம் சார்பாக பாரதி பாடல்களின் ஆய்வு ப் பதிப்பினத் தயாரித்த மா. ரா. போ. குருசாமி பாரதி- யின் காட்சிகவிதைகளை அத்தொகுப்பில் மனமின்றி சேர்த்திருக்கிறார். அது பற்றி எழுதுகிறபோது: " காட்சி என்ற தலைப்பில் இங்கே வெளியாகும் பகுதி கவிதை அன்று. பின் வந்தோர் தாம் எழுதிய ஒது புது வகை எழுத்தோவியத்துக்கு 'வசன கவிதை ' என்று பெயரிட்டுக் கொண்டு, அந்த வகையான இலக்கிய வடிவத்துக்கு முன்னோடி பாரதியாரே என்று சாதிக்க லாயினர்; கவிதை கவிதை தான் வசனம் வசனம் தான் 'ஒட்டு' வேலை செய்வது சரி எனக்கூற இயலவில்லை" என்று எழுதியதைக் குறிப்பிடும் க.பஞ்சாங்கம், " 30களில் தோன்றிய புதுக்கவிதைக்கு 1987ல் இந்த நிலமை. 1977லேயே "தமிழ்ப் புதுகவிதையின் தோற்றமும் வளர்ச்சி- யும்" என்ற நூல் வெளிவந்தும் , அந்நூலுக்கு 1978-இல் இந்திய அரசின் சாகித்ய அகாடெமிப் பரிசுவாங்கியதன் மூலம் அங்கீகாரம் இந்திய அள்வில் கிடைத்தும் இந்த நிலைமை " என்று வருந்த க.பஞ்சாங்கத்தால் மட்டுமே இயலும். மா.

ரா. போ. குருசாமி மட்டுமல்ல தமிழண்ணல், மு.வ. சி.பாலசுப்பிரமணியமென பலர் வரிசையாகப் பஞ்சாக்கத்திடம் குட்டுப்படுகிறார்கள். "1959ல் முதல் பதிப்-பாக சி.பாலசுப்பிரமணியன் "பெயரில்" வந்துள்ள இலக்கிய வரலாற்று நூலிலும் புதுக்கவிதைக் குறித்து குறிப்பில்லை என்கிற திறனாய்வாளர் அதே சி.பாலசுப்பி-ரமணியன் 1982ல் மறுபதிப்பு கொண்டுவரும்போது "புதுக்கவிதையின் தோற்றமும் வளர்ச்சியும்" என்று சேர்த்துள்ளதைக்கூறி "இதுதான் வரலாற்றுக் கட்டாயம் என்-பது" என நகைக்கிறார். இவர்களையெல்லாம் கண்டிக்கும் திறனாய்வாளர், புதுக்க-விதையை ஓர் இலக்கிய வகையாக ஏற்றுக்கொண்டு அதன் வரலாற்றை விரிவான முறையில் எழுத முயன்ற மரபான தமிழ் அறிஞர்கள் மது.ச. விமலானதம் (1987) சிலம்பொலி செல்லப்பன் ஆகியோரை பார்ராட்டவும் தவறுவதில்லை.

2

பெண்ணியல் கோட்பாடுகள்

சிமொன் தெ பொவ்வார் எழுதிய 'இரண்டாம் பாலினம்' 1949ம் ஆண்டே வெளி-வந்திருந்தது, எனினும் 1970 ஆண்டிலேதான் பெண்கள் விடுதலைக்கான இயக்-கம் பிரான்சு நாட்டில் தொடங்கியது. பிற மேற்கத்திய நாடுகளைப் போன்றே அறிவியலிலும்; பெரும் புரட்சியை நடத்திக்காட்டி ஆண்டவர்களைச் சிரச்சேதம் செய்வித்து இனி நாங்கள் அடிமை இல்லையென வெகுண்டெழுந்த மக்களை அரசியலிலும், மனித வாழ்க்கையை நேர்த்தியாகச் சொல்வதுமட்டுமல்ல அதனை மரபுகளிலிருந்து விடுவிக்கவும் தெரிந்திருக்கவேண்டும் என கலை இலக்கியத்திலும் மெய்ப்பித்து காட்டிய பிரான்சு நாட்டில் கூட பெண்கள் எழுபதுகள்வரை அடிமை-களாக நடத்தப்பட்டிருக்கிறார்கள் என்றே இதற்குப் பொருள்கொள்ள வேண்டியி-ருக்கிறது. பிரான்சுபோன்ற ஒரு வளர்ந்த நாட்டில், தனி மனிதச்சுதந்திரத்தை உயிர் மூச்சாக கொண்டிருக்கிற நாட்டில் எழுபதுகளில் ஆரம்பித்துவைத்த பெண் விடுத-லைக்கான இயக்கம் அவர்களின் வாழ்க்கையை புரட்டிப்போட்டிருக்கிறதா என்றால் இல்லை. இருபத்தோராம் நூற்றாண்டிலும்பெண்கள் தினம் கொண்டாடப்படுகிறது, இன்றும்கூட தங்கள் உரிமைகளை வற்புறுத்த, பாசாங்கு உறக்கத்தில் ஆழ்ந்திருக்-கும் சமுதாயத்தை தட்டி எழுப்ப சற்று தீவிரமான வழிமுறைகளை சில பெண்-ணியக்கங்கள் பின்பற்றுகின்றன. கடந்த அரைநூற்றாண்டாக அவர்கள் கையாண்ட வழிமுறைகள் எவ்வித பலனையும் தர இல்லை, இந்நிலையில் சில பெண்கள் சற்று முகம்சுளிக்கும் வகையில் போராடினால்கூட அதனை நியாயம் என கொள்-ளவேண்டியிருக்கிறது.

மேற்கத்திய நாடுகளில் அண்மைக்காலத்து புள்ளிவிவரகணக்குகள் கூட சமூக அமைப்பில் இருபாலினங்களில் வழக்கம்போல பெண்பாலினம் முடங்கிகிடப்பதா-

கவே தெரிவிக்கின்றன. இச்சூழலில் கல்வியில் பின்தங்கிய, மரபுகளில் ஊறிய, மதம் சாதி கட்டமைப்புகளில் முடங்கிக் கிடக்கிற இந்தியாபோன்ற நாடுகளில் 'பெண்ணியக்கம்', 'பெண்விடுதலை' போன்ற சொல்லாடல்கள் தரும் புரிதல் குறித்து அதிகம் யோசிக்கவேண்டியிருக்கிறது. 'இங்கே பத்தினிபெண் என்றால் கணவன் சோரம் போக: அவனைக் கூடையிற் சுமந்தேனும் பரத்தை வீட்டிற்குக் கொண்டுசெல்ல தெரிந்தவள், அவன் கொழுத்து ஊர் மேய்ந்தால் ஊரை எரிக்கக் கடமைப் பட்டவள், அவன் தவறு இழைத்து உயிர்விட்டால், இவளும் உயிர்விட்டு மறுகணம் சொர்க்கம் செல்லும் சூட்சமம் அறிந்தவள். இவர்களின் எச்சங்களாக வாழ்கிற இந்தத் தலைமுறை பெண்களின் நிலமை என்ன? வெகுசன பத்திரிகைக-ளில் ஆண்கள் குற்றங்களை அடக்கி வாசித்து அல்லது வாசிக்காமலேயே, பெண்-கள் குற்றத்தை பெரிது படுத்தி செய்தியாக்குவதையும்; தொலைக்காட்சி தொடர்க-ளில் எருமைமாடுகளைக் குடும்பப்பெண்ணாகச் சித்தரிப்பதையும்; திரைப்படங்களில் பெரிய நடிர்களில் ஆரம்பித்து கதாநாயகியின் விரல் கனம் இல்லாதபையன்கள்-வரை அவளிடம் 'நான் ஆண்பிள்ளை டி' என்பதையும் பார்க்கிறோம். ஆகவே-தான் பத்தாம்பசலித் தனமான நெறிகளில் குளிர்காய்கிற இந்தியச் சமுதாயத்தில் பெண்ணியக்கோட்பாடுகள் குறித்து பேசுவதும் எழுதுவதும் அவசியமாகிறது.

க.பஞ்சாங்கம் அடிப்படையில் ஒரு மார்க்ஸியவாதி. இயல்பாகவே மார்க்ஸி-யவாதிகள் பிறரைக்காட்டிலும் விளிம்பு நிலை மக்களிடத்தில் அதிகம் அக்க-றைகொண்டவர்கள். விடுதலை, புரட்சி போன்ற சொற்களில் அதிகம் நம்பிக்கை கொண்டிருப்பவர்கள். எனவே 'பெண் விடுதலை' சார்ந்து பஞ்சாங்கம் எழுதுகி-றபோதும், உரையாற்றுகையிலும் நமக்கு வியப்பைத் தரவில்லை. பஞ்சாங்கத்தின் எழுத்தும் சரி, அவர் பேச்சும் சரி ஒடுக்கப்பட்டவர்களுக்கான ஓர் ஒற்றை இயக்க-மாக, சோர்வின்றி, உரத்து, எவற்றுடனும் எவருடனும் சமரசம் செய்துகொள்ளாமல் செயல்பட்டு வந்திருக்கிறதென்பதையும் நாம் அறிவோம். க. பஞ்சாங்கத்தின் 'நவீன இலக்கிய கோட்பாடுகளுக்கு முன்னுரை எழுதிய 'பாரதிபுத்திரன்' என்ற நண்பர் "பஞ்சு துணிவானவர். தன் அறிவுக்கும், உணர்விற்கும் என்றும் நேர்மையானவர்", என்று கூறி "இனம், மொழி, வர்க்கம், பால் ஆகிய நிலைகளில் தாழ்த்தப்பட்டு ஒடுக்கப்பட்ட, நொறுக்கப்பட்ட தமிழினம், தமிழ்மொழி, தலித்துகள், உழைப்பாளர்-கள், பெண்கள்' என்று அவர் உழைப்புத் தளங்களைப் பட்டியலிடுகிறார்.

பெண்கள் சார்ந்து, பெண்ணியம் என்ற பொருள் சார்ந்து அவர் எழுதிய கட்டுரைகள் அதிகம்.பெண்களில் பெண்களுக்காக கவிதையன்றி கதையாடலில் பெண்ணுரிமைக்கான எழுத்தென்று 'அம்பை' எழுத்தைசொல்லவேண்டும். வேறு பெண்களிடத்தில் இன்றுவரை அத்தகைய மூர்க்கத்தை கண்டதில்லை. பத்தாம் பசலி மனிதர்களிடையே 'ரௌத்திரம் பழகத்' தெரிந்த பெண்கள் ஒரு தேவை. ஆண் படைப்பாளிகளில் பெண்ணுரிமைக்கு தமது எழுத்தை உபயோகித்தவர்

பிரபஞ்சன். அதன்பிறகு க.பஞ்சாக்கத்திடம் அத்தகையதொரு செயல்பாட்டைக் காண்கிறேன். பிரபஞ்சன் பேச்சுக்கும் க.பஞ்சாங்கம் பேச்சுக்கும் அடிப்படையில் வேற்றுமை இருக்கிறது. எழுத்தாளர் பிரபஞ்சனின் வாதங்கள் சமூக அறத்தை அடிப்படையாகக் கொண்டவை. க.பஞ்சாகத்தின் வாதங்கள் அறத்தோடு சாட்சிக-ளையும் தடயங்களையும் அடிப்படையாகக் கொண்டவை.

'தமிழ் இலக்கியச் சூழலில் பெண்ணிய கோட்பாடுகள்'; பெண்-மொழி-புனைவு; பெண் நிலை நோக்கு திறனாய்வு; 'திறனாய்வு - ஆணின் மொழி'; 'ஹெலென்-சீல்கு' என்பவரைபற்றிய ஏழு கட்டுரைகள்; பெண்ணெனும் படைப்பு - சில மானு-டவியல் குறிப்புகள் என்பதன் கீழ் 'பெண்ணியமும் விஞ்ஞானமும்', 'தாய்மையும் பாலியலும்', 'வேட்டை ஆடுதலா? சேகரித்தலா?', 'காமமும் சுய பிரக்ஞையும்', 'கருவுயிர்த்தலும் ஆணாதிக்கமும்'; 'பெண்களின் தேடல்'; 'புதிய பெண்ணியக் கோட்பாடு அடிப்படையில் சங்க இலக்கிய பெண்பாற் புலவர்களின் கவிதைகள்', 'வேதநாயகம் பிள்ளையின் பெண் நலச் சிந்தனைகள்', பாரதிதாசனின் தமிழ்ப் பெண்ணியம்', 'கு.சின்னப்ப பாரதி படைப்புகளும் பெண்பற்றிய புனைவுகளும்', 'பிரபஞ்சனும் பெண்விடுதலையும்'; ஐம்பது ஆண்டுகால விடுதலை இந்தியாவில் பெண்களின் நிலை', 'பொருளாதாரப் பின்னணியில் பெண்களின் நிலை; 'பொரு-ளாதார பின்னணியில் பெண்', 'இளம்பெண்களின் சிக்கல்களும் சமூக நடைமு-றைகளும்', 'பாலியல் வன்முறை', உழைக்கும் பெண்கள்', எய்ட்ஸ் தடுப்பு விளம்-பரமும் பெண்ணின் அடையாளமும்', 'கி.ராவின் பெண்கள்', என்று அவருடைய கட்டுரைகளில் பெண்களை மையப்பொருளாகக் கொண்டவை எண்ணிக்கையில் கணிசமாக இருக்கின்றன. தெ.பொ.மீயைப் பற்றி பேசும்போதுகூட பெண்ணுலகம் சார்ந்த அவரது வாழ்நெறியைக் கொண்டாடுகிற க.பஞ்சாங்கத்தை நாம் புரிந்து-கொள்ளவேண்டும்.

'தமிழ் இலக்கிய சூழலில் பெண்ணியக் கோட்பாடுகள்:

'தமிழ் இலக்கிய சூழலில் பெண்ணியக் கோட்பாடுகள்' அவருடைய நவீன இலக்கிய கோட்பாடுகள் நூலில் க.பஞ்சாங்கத்தின் பெண்ணியம் சார்ந்த கட்டு-ரைகளுள் முதலாவதாக வருகிறது. இக்கட்டுரையிலும் அவரது பிறகட்டுரைகள் போலவே தலைப்புக்கான நோக்கத்தைக் கட்டுரையின் நோக்கமாகத் தெரிவிக்-கிறார். "எந்தவொரு கருத்தாக்கத்திற்கும் 'உலகப்பரப்பு' என்ற தளமும் உண்டு; தாய்மொழி, தாய்மண் என்ற தேசிய இனத்தளமும் உண்டு (இந்த 'உலகப்பரப்பு' என்பது நம்மைப்பொறுத்தவரை மேலைநாடு சார்ந்தது; ஆங்கிலமொழிசார்ந்தது என்பதையும் பதிவு செய்துகொள்ளவேண்டும்) எனவே தமிழ் இலக்கிய சூழலில் சிறப்பாக வெளிப்படும் பெண்ணியப்பார்வைகளை அடையாளம் கண்டு விளக்க முயல்வதே இக்கட்டுரையின் நோக்கமாக அமைகிறது"(பக்.47, நவீன இலக்கிய கோட்பாடுகள்). கட்டுரையை பெண்ணியம் தொடர்பான மேலை நாடுகளின் நூல்-

கள் அவற்றின் தாக்கத்தில் வெளிவந்த தமிழ் நூல்கள் துணைகொண்டு எழுதியுள்-ளார். அதனைக் காலம் மற்றும் பெண்ணியம் பற்றி தெரிவிக்கும் கருத்தியத்தின் அடிப்படையில் அல்லது அவரே கூறியுள்ளது போன்று மேலை நாட்டுக்கோட்பா-டுகளைச் சார்ந்தும், தேசியம், சாதியம் சார்ந்த கோட்பாடுகளைச் சார்ந்தும் பிரித்-தறியலாம்.

கட்டுரையின் ஆரம்பத்தில்: "ஒளவையார் எழுத்துக்களை ஒரு பெண்ணின் எழுத்தாகத் தனியாகப் பிரித்து அடையாளம் கண்டவன்' பாரதி என்று மறக்காமல் நினைவூட்டுகிறார். "ஒளவையாரைப்போல் கவிதையும் சாஸ்திரமும் செய்யக்கூடிய ஓர் ஆண்மகன் இங்கு பிறந்திருக்கிறானா?" எனப் பாரதி கேட்டதாக வருகிறது. நமக்குப் பதில் சொல்ல ஒன்றுமில்லை, கேட்பவன் ஓர் ஆண்மகன் மட்டுமல்ல, இந்திய தேசத்தின் மிகப்பெரிய கவிஞன், 'புதுமைப் பெண்' என்ற திட்பமான சொல்லாடலை கற்பித்தவன், நாட்டின் சுதந்திரத்திற்கு மட்டுமல்ல மனிதர் சுதந்-திரத்திற்கும் கவிதை பாடியவன். "ஒளவையாரைப்போல ஓர் ஆண்மகன் கவிதை செய்திருக்கிறானா? என்கிற பாரதியின் வினாவை க.பஞ்சாங்கம் சுட்டுகிறபோது அதற்கான நியாயத்தை விளங்கிக்கொள்ள முடிகிறது. கட்டுரையின் தொடக்கத்தில் பெண்ணியம் உட்பட 'எந்தவொரு கருத்தாக்கத்திற்கும் 'உலகப்பரப்பு', 'தேசியபரப்பு' ஒன்றுண்டு, நம்மைப்பொறுத்தவரை உலகப்பரப்பு என்பது 'மேலை நாடு சார்ந்தது' ஆங்கிலமொழி சார்ந்தது' என்பதை நினைவூட்டும் க.பஞ்சாங்கம், இங்கே பாரதி-யின் குரலைப் பதிவு செய்யும் நோக்கம் "இங்கு மட்டுமல்ல எங்குமே ஒளவையை-போல ஒருத்தி அவள் காலத்தில் மட்டுமல்ல இன்றுவரை பிறக்கவில்லை" எனவே எல்லாவற்றிர்க்கும் மேலைநாடுகளை உதாரணம் காட்டவேண்டாம் என்பதாகத்தான் அர்த்தப்படுத்திக்கொள்ள வேண்டியிருக்கிறது.

மேலை நாட்டு பெண்ணியம் சார்ந்த சிந்தனைகள்:

இக்கட்டுரையில் கிடைக்கிற முதலாவது செய்தி "முனைவர் தேவத்தா முயற்-சியில்1986 ஆம் ஆண்டு தெரசா மகளிர் பல்கலைகழகம் மதுரையில் நடத்திய ' பெண்கள் படைப்பில் பெண்கள்' என்ற கருத்தரங்கே" பெண்ணணிய திறனாய்-விற்குத் தூண்டுகோலாக அமைந்தது என்பதாகும். அக்கருத்தரங்கில் கல்வியாளர்-களும், சிவசங்கரி போன்ற எழுத்தாளரும் கலந்துகொண்டிருக்கிறார்கள். சிவசங்கரி "எழுத்தை ஆண் எழுத்து பெண் எழுத்து என்று பால் அடிப்படையில் பிரிப்பது தகாது" என்றதை அன்றைய சூழலில் எதார்த்தம் என ஆசிரியர் சொல்கிறார். முனைவர் தேவத்தா முயற்சியில் தெரசா பல்கலைகழம் 1992ல் வெளியிட்ட 'பெண்ணியக் கலைச்சொல் விளக்கக் கையேடு' தொடங்கி 1997ல் வெளிவந்த 'பறத்தல் அதன் சுதந்திரம்' என்ற தொகுப்பு நூலுக்கு மாலதி மைத்ரி எழுதிய முன்னுரைவரை அவ்வளவும் பெணியச் சொல்லாடல்களை தமிழில் வளர்த்தெ-டுக்க காரணமாயிற்று என்கிறார். இரா. பிரேமாவின் பெண்ணியம் ஓர் அறிமுகம்

என்ற நூலும் மேலைநாட்டு பெண்ணியச் சிந்தனையை விரிவாக எடுத்துரைத்தது என்ற தகவலும் உண்டு. இருபதாம் நூற்றாண்டு 'சிந்தனை மரபு', பிறதுறைகளை-போலவே பெண்ணியல் சிந்தனையிலும் மேலை நாட்டு சிந்தனைமரபின் தாக்கத்-தைப் பெற்றுள்ளது என்கிற தமது கூற்றை சிமொன் தெ பொவ்வாரின் 'இரண்டாம் பாலினம்' முதலான நூல்களின் துணைகொண்டு உறுதிபடுத்துகிறார். அதுவன்றி "பெண்ணுக்கான மொழியை மட்டுமல்ல பெண்களுக்கான இலக்கிய கொள்கை (இலக்கிய கொள்கைகளே கூடாது என்ற கருத்தும் உண்டு), பெண்களுக்கான கதையாடல், வடிவம், உத்தி முதலிய அனைத்தும் புதிதாக உருவாக்கப்பட-வேண்டும் என்ற புதிய சிந்தனை தமிழ்சூழலில் பரவியதற்கு, ரெமன் செல்டனின் "பெண்ணியல் திறனாய்வு" கட்டுரை -(பெண்ணியம் சார்ந்த இலக்கிய கோட்பா-டுகள் உயிரியல், அனுபவம், மொழி, உளநெறி, சமூகம் மற்றும் பொருளாதா-ரம் சார்ந்தவை) - ஒரு முக்கிய காரணம் என்கிறார். கோவை ஞானி நடத்திய 'நிகழ்' இதழில் இதன் மொழி பெயர்ப்பு வந்திருக்கிறது என்பது கூடுதல் தகவல். தமது 'பெண்ணெனும் படைப்பு' நூலிலும் இக்கட்டுரை இடம் பெற்றிருக்கிறதென்-கிற தகவலையும் ஆசிரியர் தருகிறார்.

இந்திய தேசியம் சார்ந்த பெண்ணியல் சிந்தனைகள்:

மேலை நாட்டு பெண்ணிய இலக்கிய கோட்பாடுகள் பரவிய அதே காலத்தில் தேசிய உணர்வின் அடிப்படையில் இந்துமத சீர்திருத்தப்பணியில் ஈடுபட்டவர்கள் பெண்களுக்கு ஆதரவாகச் சட்டங்கள் இயற்ற காரணமாகிறார்கள். "இந்திய தேசியப் போராட்டத்தை ஒட்டி எழுந்த பல்வேறு விழிப்புணர்வோடு கூடிய புரி-தலின் ஒரு பகுதியாக" அதனைக் கண்ணுறும் க. பஞ்சாங்கம், இந்திய சுதந்-திரத்திற்கு முன்னும் (இங்கேயும் மேற்கத்தியர்கள்?) அதன் பின்னும் இந்து மத கட்டமைப்பில் உருவான 'பெண்ணை' விடுவிக்க ஆரிய சமாஜம், பிரம்ம சமா-ஜம் போன்ற அமைப்புகளும் பிறரும் முயன்றதன் விளைவாக ""பாறையாய் இறுக்கமுற்றுக்கிடந்த இந்திய ஆண்-பெண் உறவு முறை நெகிழத் தொடங்-கியது"(பக்.50-ந.இ.கோ) என்கிறார். மாறாக அவர்கள் முயற்சியும், உருவான சட்டங்களும் பெண்ணுரிமைக்கு ஆதரவான இந்தியக்குரலாகப் பின்னர் வந்த திறனாய்வாளர்களால் எடுத்துக்கொள்ளப்பட்டனவென்பதை பரிமளம் என்பவரின் 'இந்துப் பெண்ணியம் (1995) என்ற நூலூடாகவும், கி. இராசா என்பவரின் இந்-தியப் பெண்ணியம் (1997 என்ற நூலூடாவும் நிறுவுகிறார்.

கி.இராசா "குடும்பம் என்ற அமைப்பை உருவாக்குவதிலும் வளர்ப்பதிலும் அதைக் காத்து அடுத்த தலைமுறைக்குத் தருவதிலும் ஆணுக்கும் பெண்ணுக்கும் சமபங்குண்டு . இருவருமே தங்கள் கடமைகளை உணர்ந்து குடும்பம் என்ற நிறு-வனத்தில் பணியாற்றுதல் வேண்டும்" என்கிற போது அதற்கு பதிலளிக்கும் வித-

மாக "குடும்பத்தில், மதத்தில், கல்வியில், அரசியலில், கலை இலக்கியத்தில், பொருளாதார உறவில் பெண்ணின் நிலை என்ன? அங்கெல்லாம் அவள் எவ்வாறு இரண்டாதரக் குடிமகளாக நடத்தப்படுகிறாள்? அதற்கான மூலகாரணம் என்ன? முதலிய கேள்விகளைக் கேட்காமல் அவற்றிர்க்கப்பால் பொறுமை காத்து, குடும்பத்தை நிலை நிறுத்தவேண்டும் ; தேசத்தை காக்கவேண்டும் என்பதுதான் இவர்களின் பார்வையாக இருக்கிறது. இத்தகைய இந்தியப் பெண்ணியம் பேசுகிறவர்கள் தங்களுக்குள் வினைபுரியும் ஆண் நலம் சார்ந்த கருத்துக்களீல் இருந்து விடுபடமுடியாத தன்னிலையை புரிந்துகொள்ளும் சக்தியின்றி மேலை நாட்டு பெண்ணியப்பார்வைகளைத் தங்களுக்கு முற்றும் அந்நியமானவை என்பதுபோலவும் அவைகள் அற்பத்தனமானவை என்பதுபோலவும் புனைந்துகொண்டு, நமக்கான இந்தியப் பெண்ணியத்தை கடைபிடிக்க வேண்டும் என அறிவுறுத்தவும் முயலுகின்றனர்." (பக்.51 ந.இ.கோ) எனக் கண்டிக்கிறார். க.பஞ்சாங்கத்தை பொறுத்தவரை இந்திய தேசியம் சார்ந்த பெண்ணியம் மிதவாத பெண்ணியம், மேலை நாட்டுபெண்ணியக்கூறுகள் சிலவற்றை எதிர்க்கக்கூடிய சிந்தனை. அது மாத்திரமல்ல பரிமளம் 'இந்துப்பெண்ணியம்' என்ற பார்வையில் தி.ஜா நாவலை ஆய்வுக்கு எடுத்துக்கொள்வதில் க.பஞ்சாங்கத்திற்கு உடன்பாடில்லை. தி.ஜாவின் பெண்ணிய விடுதலை குறித்தபார்வையை 'இந்தியப் பெண்ணியப் பார்வை' என்பதற்குள்ளேயே சொல்லப்பட்டிருக்க வேண்டும் என்கிறார்.

தமிழ் மருமலர்ச்சி கால பெண்ணியல் சிந்தனைகள்:

பாரதியும், பாரதிதாசனும் தமிழ் மறுமலர்ச்சிகால பெண்ணியல் சிந்தனைக்கு காரணமாகிறார்கள். இவர்களின் கவிதைகளிலிருந்து சில எடுத்துக்காட்டுகளை ("நாணமும் அச்சமும் நாய்களுக்கு வேண்டுமாம்", (பாரதியார்), " அச்சமும் நாணமும் இல்லாத பெண்கள் அழகிய தமிழ் நாட்டின் கண்கள்", (பாரதிதாசன்)) முன் வைக்கும் கட்டுரை ஆசிரியர், இந்திய தேசிய பெண்ணியல் சிந்தனைகளைப்போலவே இவர்கள் இருவரின் பெண்ணியல் சிந்தனைகள் தமிழ், தமிழ் தேசிய நலன் சார்ந்தவை, என்கிறார்.

தலித் பெண்ணியல் சிந்தனைகள்:

அம்பேத்கார் நூற்றாண்டின்போது எழுந்த தலித்திய சிந்தனை, அதனை ஒட்டிய தலித் பெண்ணுரிமை பற்றி பேசுகிறார். பொதுவாகவே ஒடுக்கப்பட்ட இனத்தின்மீது தனி கரிசனத்துடன் வினையாற்றுகிற க.பஞ்சாங்கம், இங்கே பெண்கள் தலித்தாகவும் அடையாளம் பெறுகிறபோது பிரச்சினையில் கூடுதலாக கவனம் செலுத்த வேண்டியிருக்கிறது. அவரின் கருத்தின்படி "இந்திய சமூகத்தில் தலித்துகள் என்ற கட்டுமானத்தில் முழுவதும் வினையாற்றியிருப்பது சமூகம். ஆனால் பெண்கள் என்ற கட்டுமானத்தில் சமூகத்தோடு இயற்கையின் பங்களிப்பும் இடம் பெற்றுள்ளது. இருவரையும் ஒடுக்கிய ஆதிக்க சமூகத்தின் செயல்பாட்டுத் தந்திரம்

இரண்டிலுமே ஒன்றுபோலவேதான் அமைந்துள்ளது; பொருள் ஆதாரத்தைப் பறிப்-பது; வேலை பிரிவினை அமைப்பது; நடமாடும் வெளியை வரையறுப்பது; மொழி-யைப்பிடுங்குவது... (பக்கம் 53 ந.இ.கோ). ஆசிரியருக்கு, தலித் ஆணைக்காட்-டிலும் தலித் பெண் கூடுதலாக ஒடுக்கபடுகிறாள். ஒரு தலித் பெண் இஅரண்டு முறை ஒடுக்கப்படுகிறாள் என்ற கருத்து கவனத்திற்கொள்ளப்படவேண்டியது. 'தலித்' என்ற அடையாளத்தினால் பெறும் அடக்குமுறை .ஒன்று, மற்றது பெண் என்பதால் கிடைப்பது. ஆக ஒரு தலித் பெண்ணுக்கான பெண்ணுரிமை, பொத்-தாம் பொதுவானதல்ல, சாதிரீதியாகவும் அணுகவேண்டும் என்ற அவரது கருத்தை மறுப்பதற்கில்லை.

3

பெண்-மொழி-புனைவு

தமிழ் இலக்கிய சூழலில் பெண்ணியக்கோட்பாடுகள் என்பதை அடுத்து க.பஞ்-சாங்கத்தின் பெண்ணியல் சார்ந்த கட்டுரை வரிசைகளில் முக்கியத்துவம் பெறுவது பெண்-மொழி- புனைவு. இதே பெயரில் கட்டுரை ஆசிரியரின் நூலொன்றும் வந்-துள்ளதாக, நவீன இலக்கிய கோட்பாடு நூல் நமக்குத் தெரிவிக்கிறது

பெண்பற்றிய கற்பிதம் பிற கற்பிதங்களைப்போலவே 'மொழி-புனைவு' என்கிற இரு காரணிகளின் சேர்க்கையால் உருவானது என்பது ஆசிரியரின் கருத்து. இதனை முன்வைத்ததில் ஆணுக்குப் பெரும்பங்குண்டு என்பதை உறுதிபடுத்துகிற ஆசிரியர் தமிழ்ப் பண்பாட்டை வடிவமைத்ததும் அதுவேதான் என்கிறார். "ஒரு தந்தை வழி சமூகத்தில், 'பெண்ணின் அடையாளம்' என்பது ஆணால் புனை-யப்பட்ட ஒன்றுதான். ஆண் பெண் உறவு முறையில் ஆணின் அதிகாரம் பெண் உலகத்திற்குள் நுழைவதில் பெரும் பங்கு அளித்திருப்பது மொழிதான் என்பது தெரிகிறது". "இந்த மொழியின் திருவிளையாடல் தமிழ்ப் பண்பாட்டை வடிவ-மைப்பதில் ஆழமான செல்வாக்கு செலுத்தியுள்ள தொல்காப்பியத்தில் எவ்வாறு ஆணின் மொழியாக வெளிப்படுகிறது? இவ்வாறு ஆண் கற்பித்துள்ள 'அர்த்-தத்தை மாற்றி பெண் தன் நோக்கில் அர்த்தங்களைக் கற்பிக்க இன்று எவ்வாறு தன் இயக்கத்தை அமைத்துக்கொள்ளவேண்டும்? எனும் இரண்டின் அடிப்படை-யில் இந்தக் கட்டுரை தயாரிக்கப்பட்டுள்ளது " என எடுத்த எடுப்பிலேயே தமது கட்டுரையின் நோக்கத்தைத் தெளிவுபடுத்துகிறார், க. பஞ்சாங்கம்.

" இது இந்த உலகத்தின் இயற்கை ; இது இந்த பெண்ணின் இயற்கை குணம்" என்று ஒரு பொருளின் இயற்கைப் பண்பை அறிந்துகொண்டதாக உரிமை கொண்-டாடுவதெல்லாம் நம்முடைய 'மொழி' என்கிற வாய்ப்பாடு மூலம் நமக்கு வந்து சேர்ந்த புனைவுகள்தாம்" எனக் கட்டுரையைத் தொடங்குகிற ஆசிரியர் லக்கான் (Jacques lacan) மற்றும் பூக்கோ(Michel foucault) என்கிற இரு பிரெஞ்சு

அறிஞர்களின் கருத்துருவாக்கங்களின் அடிப்படையில் தமது வாதங்களை வைக்-
கிறார். "அம்மாவிடம் இருந்து பிரித்துத் தன்னைத் தனியாக அடையாளம் காணும்
உணர்வைக் குழந்தையானது குறியீட்டு ஒழுங்குடைய மொழி எனும் அமைப்பிற்-
குள் நுழைந்த பிறகுதான் அடைகிறது" என்கிற லக்கான் கூற்றையும்; ஒரு பொரு-
ளுக்கு அர்த்தம் என்பது அதிகாரம் யாருடைய கட்டுபாட்டுக்குள் இருக்கிறதோ
அவர் புனைந்து தருகிற மொழிதான் அப்பொருளுக்கான அர்த்தம் என்றாகிறது",
என்கிற •பூக்கோ கூற்றையும் தெரிவித்து, ஒரு பொருளுக்கான அர்த்தத்தைக்
கட்டமைப்பதில் ஆசிரியர் மொழிக்கும் புனைவுக்கும் உள்ள ஆற்றலைத் தெரிவிக்-
கிறார்.

ழாக் லக்கான் பிரான்சு நாட்டைச் சேர்ந்த ஓர் உளப் பகுப்பாய்வாளர். பிராய்-
டின் உளவியல் ஆய்வுமுடிவுகள் உயிரியல் உண்மைகளைக் காட்டிலும் பெரிதும்
மொழிக் கூறுடன் இணக்கமானவை என்ற கருத்தியத்தை முன் வைத்தவர். குழந்-
தைப்பருவத்தில் முதன் முதலாக தன்னைப் பிறராக அறியநேரும் ஆடிப் படி-
நிலை(Stade du miroir)பற்றி விரிவாக ஆய்வு செய்தவர். மிஷெல் •பூக்கோ
ஒரு தத்துவவாதி, முன்னவரைபோலவே பிரான்சு நாட்டைச்சேர்ந்தவர். அறிவுக்-
கும் அதிகாரத்திற்குமான உறவை வரையறுத்தவர். வெவ்வேறு துறையைச் சார்ந்த-
வர்களாயினும் 'தன்' னை கட்டமைத்தலில் (subjectivation) மொழியின் பங்கு
என்ன என்பதை தெளிவுபடுத்தியதில் ஒன்றிணைகிறவர்கள்.

"அதிகாரம் எப்பொழுதும் தான் அதிகாரம் செலுத்துகிற பொருளின் மொழியை
பிடுங்கிகொள்கிறது அல்லது அடக்கிவைத்துவிடுகிறது" (ந.இ.கோ.பக்.58)" என்ற
பூக்கோவின் கருத்துருவாக்கத்தை முன்வைக்கும் கட்டுரை ஆசிரியரின் சொற்-
றொடரில் உள்ள 'அதிகாரத்தை' எப்படி வேண்டுமானாலும் பொருள்கொள்ளலாம்.
'அதிகாரம்' என்ற ஒற்றைசொல்லின் பின்புலத்தில் பல காரணிகள் தனித்தோ,
இணைந்தோ இருக்கின்றன. ஆண்-பெண்; தடித்தவன்-மெலிந்தவன்; கற்றவன்-
கல்லாதவன்; பெரும்பான்மை-சிறுபான்மை; கோபம்-அமைதி; என்கிற இருமை
வரிசைகளில் முதலாவது அதிகாரத்தைப் பொதுவில் கைப்பற்றுகிறது. நியதிக்கு
மாறாக இந்த ஜோடியில் இரண்டாவது முதலாவதை அதிகாரம் செலுத்துகிற தரு-
ணமும் உருவாகலாம். அப்போதும் இந்த ஜோடிகளில் ஒன்று, அவர்களுக்கிடை-
யில் ஏதோவொரு செயல்பாட்டில் மற்றதிடம் போட்டியிட முடியாத கட்டத்தில்
தான் அடிமையாக, பிறமை எஜமானனாக அதிகாரத்தைக் கையிலெடுகிறது. எதி-
ரியின் ஆயுத உரிமத்தை இரத்து செய்து நிராயுதபாணியாக்கினால் வெகு எளிதாக
அவனைப் பலிகொடுக்கலாம். மொழி ஆயுதத்தை அதிகாரம் தனதாக்கிக்கொள்-
ளும் சூட்சமும் அதுவேதான். "தேவ பாடையைப் பேசக்கூடாது மீறிப் பேசினால்
நாக்கு வெட்டப்படும்" எனும் மனுதர்ம சட்டம்; "யாகாவாராயினும் நாகக்க" எனும்
வள்ளுவன்; "என் காதலன் என்னைவிட்டு அகலும் படியாக ப் பேசிய ஊரார்

'நா'வானது ஏழு நண்டு மிதித்த ஒரு நாவல் பழம்போல அழுகுகிப்போக," சாப-மிடும் குறுந்தொகைத் தலைவி; வாயாடி மனைவியிடமிருந்து மணவிலக்கு பெற அனுமதித்த பண்டைய சீன நாட்டின் சட்டம்; பெண்ணின் 'நா'விற்கு எதிரான வழக்கிலிருக்கும் பழமொழிகள் என அனைத்துமே ஆசிரியருக்கு அதிகாரத்திற்கும் மொழிக்குமுள்ள நெருங்கிய பிணைப்பை வெளிப்படுத்தும் சான்றுகள்.

தொல்காப்பியம்: ஓர் ஆணின் அதிகார அணுகுமுறை

இதன் தொடக்கத்தில் கூறியதுபோல கட்டுரை ஆசிரியருக்கு தொல்காப்பியர் ஆணாதிக்கத்தின் பிரதிநிதி. ஆசிரியர் சொற்களில் எடுத்துரைப்பதெனில் "மொழிக்குள்ள ஆற்றலை புரிந்துகொண்டு……பெண்ணின் வாய் மொழியில் கை வைக்கிறார்". களவின் மரபை நெறிப்படுத்துகிற தொல்காப்பியர் 'சிறத்தல்' தலை-விக்கும், ஐயம் தலைவர்க்கும் உரியதென்பதையும், கைக்கிளையில் "சொல் எதிர் பெறாமல், சொல்லிச் சொல்லி இன்புறுவதற்கு ஆணுக்கே அவர் இடம் தருகிறார் எனக்கூறியும் தொல்காப்பியர் "ஆணோடு கொள்ள நேர்கிற ஆரம்ப உறவிலேயே பெண்ணுக்கான சொல்லாடல் தடை செய்யப்படுகிறது" என்கிறார்.

தொல்காப்பியரை பெண்ணின் எதிரி என நிறுவ ஆசியர் கூறும் மற்றொரு எடுத்துக்காட்டு "காதல் வாழ்வின் தொடக்கத்தில் ஏற்படுகின்ற வேட்கை, இடை-விடாது நினைத்தல், மெலிதல், நாணம், நீங்குதல்… முதலான மனநிகழ்வுகளை தலைவன் தலைவி இருவருக்கும் பொதுவெனக்கூறும் தொல்காப்பியர் இம்மன நிகழ்வுகளின் தொடர்விளைவான மொழிப்படுத்தி பேசுவது மட்டும் ஆணுக்கே உரியதென கூறுவது கட்டுரை ஆசிரியர் எடுத்துக்காட்டியிருப்பதுபோல எவ்வி-தத்திலும் நியாயமில்லைதான். அதுபோலவே பஞ்சாங்கத்திடம் தொல்காப்பியர் வாங்கிக் கட்டிக்கொள்ளும் மற்றொரு இடம் கற்பியலில் 'பிரிவின்' கீழ் "மொழி எதிர்மொழிதல் பாங்கற்குரித்தே" எனக்கூறி தலைவின் வாயை அவர் (தொல்காப்-பியர்) அடக்கும் இடம். கட்டுரை ஆசியருக்கு தொல்காப்பியர் முழுக்க முழுக்க ஆணாதிக்கத்தின் அடையாளம். பெண்களின் மொழி ஒடுக்கப்பட்டு ஆண்களின் மொழி உருவாக்கத்திற்குக் காரணமானவர். தமிழ்மரபில் காணும் பெண்ணின் தாழ் நிலைக்கு தொல்காப்பியரும் பொறுப்பு.

டார்வின் மற்றும் பிராய்டு

தொல்காப்பியரை அடுத்து டார்வினும் பிராய்டும் நண்பர். க.பஞ்சாங்கத்தின் கோபத்திற்கு ஆளாகிறார்கள். டார்வின் சிந்தனையும், பிராய்டுவின் சிந்தனையும் 'ஆண் வலிமையானவன் பெண் மென்மையானவள்' என்ற தொல்காப்பியத்தின் சிந்தனையை முன்வைக்கின்றன என்கிற கருத்தியம் ஓர் உணர்ச்சிவேகத்தில் நண்-பரிடம் உருவாகியிருக்கலாம் என்பதென் எண்ணம். "வலிமையுள்ளவை வாழும் மற்றவை மாயும்" என்கிற டார்வின் கூற்றையும் அதுபோலவே பிராய்டின் பகுப்-பாய்வு முடிவுகளையும் ஆணாதிக்க குரலாகப் பார்ப்பது சரியாகாது. அறிவியல்

முடிவுகள் தொல்காப்பியம்போல பண்பாட்டு அரசியல் பேசவந்ததல்ல, மரபுகளால் கட்டமைக்கப்பட்டதுமல்ல. அவை ஆய்வின் முடிவுகள், பகுத்தறிவின்பாற்பட்டவை. டார்வினினுடைய இயற்கை தேர்வு என்ற முடிவின்படி ஓர் உயிரினத்தின் முடிவா-னது அதன் உயிர் அணுக்கள், பிற உயிரினங்கள், சுற்று சூழல்கள் சார்ந்த விட-யம். இத்தகைய சூழலில் பிறவற்றைவிட சிறந்த முறையின் தன்னைத் தக்கவைத்-துக்கொள்ளும் ஓர் உயிரினமே பிழைத்து உயிர்வாழக்கூடியதாக இருக்கும். இது எல்லா உயிரினங்களுக்கும் பொருந்தும். எனவே வலிமை என்ற சொற் பிரயோ-கத்தை பெண்களுக்கு எதிரான அரசியலுக்குரியது என்ற முடிவுக்கு வர இயலாது. அவ்வாறே யூதர் பிரார்த்தனையின்படி "கடவுளே என்னை ஒரு பெண்ணாக படைக்காததற்காக உமக்கு நன்றி கூறுகிறேன்" என்று ஆண்களும்; "கடவுளே என்னை ஆண்களின் விருப்பப்படி படைத்தமைக்காக உமக்கு நன்றி கூறுகிறேன்" எனப் பெண்களும் சொல்வதாலேயே அம்மரபிலிருந்து வந்த பிராய்டு ஒரு ஆணா-திக்க ஆசாமியாகத்தான் இருக்க முடியும் என நினைப்பதும், அவர் கண்ட-றிந்த 'உளப்பகுப்பாய்வு உண்மை', ஆணாதிக்க சிந்தனையெனத் தீர்மானிப்பதும் முறையாகாது. ஆணாதிக்க தொல்காப்பியர் மரபிலிருந்து, தமிழ்ப்பெண்ணுரிமைக்-குக் குரல்கொடுக்க ஒரு கட்டுரை ஆசிரியர் கிடைக்கிறபொழுது, பிராய்டு விட-யத்திலும் அது ஏன் சாத்தியமாகாது?

பெண்ணியல் கோட்பாடுகள்

இறுதியாக க.பஞ்சாங்கம் மேலை நாட்டுப் பெண்ணியற் கருத்துகள் அடிப்ப-டையில் பெண்ணுக்கான மொழியை உருவாக்கவேண்டுமென்கிறார். "ஆணாதிக்கம் நிறுவியுள்ள இந்தக் குறியீட்டு அமைப்பு முறையில் இருந்து பெண் வெளியேவர மொழி உலகம் உருவாவதற்கு முன்பு இருந்த இயற்கையான- உண்மையான மூலப்பெண்ணாகத் தன்னை அடையாளப்படுத்திக்கொள்ள இவள் என்ன செய்ய-வேண்டுமென்ற கேள்வியையும் எழுப்பி அதற்குப் பதில் கூறுவதுபோல "பெண்-ணின் பாலியலுக்கான சில கோட்பாடுகள் இருக்குமானால் அவைகள் ஆண்க-ளின் மொழிக்கு வெளியேதான் இருக்க முடியும்" என 'பெண்ணெனும் படைப்பு' நூலிலிருந்து மேற்கோள் காட்டுவதோடு, பெண்களுக்கான மொழியை உருவாக்க ஹெலென் சீக்ஸ் என்கிற மேலை தேயத்து பெண்மணியின் யோசனைகளைப் (பெண்கள் கவிதைப் படைக்கவேண்டுமென்பது அதிலொன்று) பின்பற்றசொல்கி-றார். அதேவேளை தமிழ்ச்சூழலுக்குப் பொருந்தபடியான அப்பெண்மொழி அமை-யவேண்டும் என முடிக்கிறபோது வழக்கம்போல தமிழினத்தின் மீது கட்டுரை ஆசி-ரியருக்குள்ள உண்மையானப் பற்றுதலை விளங்கிக்கொள்ள முடிகிறது.

–

4

பெண்ணெனும் படைப்பு: சில மானுடவியல் குறிப்புகள்

முனைவர் க. பஞ்சுவின் நவீன இலக்கிய கோட்பாடுகள் நூலில் 'பெண்ணெனும் படைப்பின் கீழ் ஐந்து கட்டுரைகள் : அ. பெண்ணியமும் விஞ்ஞானமும் ஆ. தாய்மையும் பாலியலும் இ. வேட்டையாடுதலா ? சேகரித்தலா ? ஈ. காமமும் சுய பிரக்ஞையும் உ. கருவுயிர்த்தலும் ஆணாதிக்கமும். இக்கட்டுரைகள் ஐந்துமே ஆணாதிக்க உலகினால் பெண்களுக்கு நேர்ந்த, நேர்ந்துகொண்டிருக்கிற பிரச்சினைகளை வெகு விரிவாகவும் ஆழமாகவும் ஆய்வு செய்திருக்கின்றன. இவற்றில் பெண்ணியமும் விஞ்ஞானமும் என்ற பகுதியைக் கடைசியாகப் பார்க்கலாம். அக்கட்டுரை தவிர்த்த பிற நான்கும் இயற்கைக் கூறுகளும் சமூகக்கூறுகளும் இணைந்து பெண்ணினத்தின் இருத்தல் வரலாற்றை எப்படி எழுதின எனப் பேசுகின்றன. தவிர அறிவியல் முடிவு என்பது தரவுகளை (கிடைத்த அல்லது எடுத்துக்கொண்ட) அடிப்டையாக்கொண்டது. நியாய அநியாய வாதங்களிலிருந்து அதற்கு விலக்களித்துத் தனியாகப் பார்ப்போம்.

அ. தாய்மையும் பாலியலும்

பெண்ணினத்திற்கு இரு வகையான பாலியல் இன்பம்(தாய்மையினால் விளையும் பாலின்பம், மற்றொன்று பிறப்புறுப்பினால் பெறும் பாலியல் இன்பம்) இருப்பதாகச் சொல்லப்படுகிற நம்பிக்கையின் அடிப்படையில் கட்டுரை விரிகிறது.« தாய்மையை ஆழமாக அறிவியல் அறிஞர்கள் பார்க்காமல் விட்டதற்குக் காரணம் அவர்கள் பெரும்பாலும் ஆண்களாக இருந்ததால்தான் »

«பழங்குடிப்பெண்கள் ஏன் குழந்தைகளைப் பெற்றுக்கொண்டும் வளர்த்துக்-கொண்டும் வாழ்ந்தார்கள் ?... » « உடலுறவும் பாலூட்டலும் தன்னார்வச் செயல்-கள், பிற்காலத்தில்தான் இவை இரண்டையும் கடமைகள் எனக்கூறும் கருத்தியல்-கள் வளர்த்தெடுக்கப்பட்டன » என நைல், மைக்கேல் போன்றோரின் கருத்தை எடுத்துக்கூறி « பழங்குடிப்பெண்கள் ஏன் குழந்தைகளைப் பெற்றுக்கொண்டும் வளர்த்துக்கொண்டும் இருந்தார்கள் » என்பதை விளக்கும் க. பஞ்சு நமது சம்-பிரதாயத் தமிழ் பேராசிரியர்களுக்கு மாறாக « ஈன்று புறந்தருதல் என் தலைக் கடனே(புறம் 312) » என்ற கருதாக்கம் அதிகாரம் கற்பித்தது என்பதைச் சொல்-லத் தயங்குவதில்லை. தனிமனிதனாகட்டும் இனமாகட்டும் தங்களைத் தாங்களே விதந்தோதிகொள்கிறவர்கள் நிமிர்வதில்லை. சுயவிமர்சகர்கள் மட்டுமே வளருகின்-றனர். பின்னவர்களுக்கு உதாரணமாக பேராசிரியரைக் குறிப்பிடலாம். 'தாய்மையும் பாலியலும்' என்ற இக்கட்டுரை அதன் தலைப்பிற்கொப்ப தாய்மையைப் பாலி-யியல் நோக்கில் ஆய்வு செய்கிறது. 'தாய்மைக்' குறியீட்டை ஆணாதிக்க சமூ-கந்தான் அதன் உண்மைப் பொருளிலிருந்து விலக்கிவைத்திருக்கிறது என்பது க. பஞ்சு முன் வைக்கும் குற்றச்சாட்டு. பெண்ணுடலை அடையாளப்படுத்தும் பல்-வேறு உறுப்புகள், மக்கட்பேறு அதைச் சார்ந்த கடமைகள் என ஆணதிக்க சமூகம் கற்பிதம் செய்த உண்மைகளைக் காட்டிலும் அறிவியல் தரும் உண்மைகள்(அவ்-வபோது அவைகளும் ஆணதிக்கத்தின் கண்டுபிடிப்புகள் எனக் குற்றம் சாட்டினா-லுங்க்கூட) வேறு என்பதை க. பஞ்சு தெள்ளத்தெளிவாக விளக்குகிறார். தாயு-ணர்வைப் புலனுணர்வோடு தொடர்புடையது என்பதை பேராசிரியர் மானுடவியல் அறிஞர்களின் துணகொண்டு எண்பிக்க முயலுகிறார்

இக்கடுரையின் இறுதியில் க. பஞ்சு எழுப்பும் : « ஆணதிக்க சமூகத்தில் தாய்மை வழி பாலியல் மறைந்தேபோகும் நிலை ஏற்பட்டுள்ளது.... குழந்தைக்கும் தாய்க்குமுள்ள புலனுணர்வுத் தொடர்புகள்பற்றி அதிகம் ஆராயப்படவில்லை» போன்ற மனக்குறைகளுக்கு ஆறுதல் சொல்லிக்கொள்பவர்போல « அத்தகைய ஆராய்ச்சிகள் வளரவேண்டும் என்றாலும் அவை அவ்வளவு எளிதானவை அல்ல என்பதும் உண்மை » என உரிய பதிலையும் அவரே தந்து விடுகிறார்.

ஆ. வேட்டையாடுதலா ? சேகரித்தலா ?

கட்டுரையின் தலைப்பு வேட்டையாடுதலா ? சேகரித்தலா ? என்றிருந்தாலுங்கூட க. பஞ்சுவின் நோக்கம் சேகரிதல் பற்றிப் பேசுவதாகும். வேட்டையாடுதல் ஆண்களுக்குரியதென்றும் சேகரித்தல் பெண்களுக்குரியதென்றும் கூறுகிற பேராசிரியர் இன்றைய மனிதகுலத்தின் பரிணாம வளர்ச்சிக்கு ஆணி வேராக இருந்ததே இந்தச் 'சேகரித்தல்' என்ற மரபுதான் எங்கிறார். சேகரித்தல் என்ற சொல் எப்படி பெண்ணோடு

சம்பந்தப்பட்டது என்பதை நிறுவ கருவுறுத்தலும் குழந்தை வளர்ப்பும் அவள் உடற்கூற்றின் இயற்கைப் பண்பை ஆதாரமாக எடுத்துக்கொள்கிறார். சேகரித்தல்'- பின்பு 'பாத்திரம்', 'நெருப்பு' என்று பேராசிரியரின் ஆய்வுக்கு உரமூட்டுகின்றன.

« மனித இனத்தின் நாடோடிமுறை வாழ்க்கையில் பெண்கள் தாம் நெருப்புக் கங்குகளைப் பாதுகாக்கிறவர்களாக விளங்கியுள்ளனர். ஒரிடத்தில் இருந்து மற்றோர் இடத்திற்கு இடம் பெயரும்போது பெண்கள்தாம் நெருப்புக்கனலைத் தம்முடன் எடுத்துச் சென்றனர், நெருப்பை வளர்த்தனர். அதனால் வரலாற்றின் பிற்கா- லத்தில் நெருப்புக் கடவுளாகவும் கோபக் கடவுளாகவும் உருவாக்கப்பட்டார்கள் » என்கிறார்.

வேட்டைத் தொழிலும் பெண்ணும் :

பண்டைகாலத்தில் வேட்டைத் தொழில் உயிர் வாழ்க்கையின் ஆதாரமாக இருந்த காலத்தில் ஆணுக்கு உதவியாகவும் ; கருவுறுதல், முதுமை, குழந்தைக்கு உணவூட்டுங்காலம் ஆகிய நேரங்களைத் தவிர்த்து பிற காலங்களில் பெண்- களும் வேட்டையாடினார்கள் எங்கிறார் பேராசிரியர். ஆக இங்கும் ஆணாதிக்க சமுதாயம் «தங்களின் மேலாண்மையை நிறுவ, 'வேட்டையாடுதல்' என்ற தொழி- லைத் தங்கள்களுக்கே உரிய தொழிலாகச் சித்தரித்து » கொண்டார்கள். « 'வேட்- டையாடுதலைத்' தங்களுக்கே உரிய ஒன்றாக ஆண்கள் பரப்ப முடிந்ததற்கு கார- ணம் அவர்களுக்குத் தங்களின் வேட்டைத் தொழிலில் அனுபவிக்கும் வியப்பார்ந்த வித்தியாசமான நிகழ்வுகளைச் சாதனைகளை ஒரு புராணம்போல உட்கார்ந்து சொல்லாடுவதற்கு ஓய்வு நேரம் இருந்தது » எனும் ஆசிரியர் பதில் நியாயமானது.

மனிதன் சமூகமாக சேர்ந்து வாழத் தொடங்கியதற்கு 'தாய்-சேய்' உறவுதான் அடிப்படை என்ற கருத்தும் அது தொடர்பாக க,பஞ்சு முன் நிறுத்தும் வாதங்களும் அபாரம். « அடிப்படையில் மனித இனம் ஓர் குழுவாக வாழத் தொடங்கியது, தாயை மையமாக வைத்துதான். இந்த அடிப்படை 'அலகில்' இருந்துதான் இன்- றைய நமது சமூகம் உருவானது « குழந்தைக்கு முதல் ஆசிரியராகத் திகழ்வதும் ; 'போர்' என்பதொன்று கண்டுபிடிக்கப்பட்ட பின்புதான் இத்தகைய ஆண்சார்பும் ஆணதிக்க கருத்துக்களும் உருவாகி வந்துள்ளன « என்ற கூற்றும் கவனத்திற்- கொள்ள வேண்டிய ஒன்று.

இ. காமமும் சுய பிரக்ஞையும்

« 'பாலியல்' என்றால் ஆண் செயல் படுகிறான் பெண் ஏற்றுக்கொள்கிறாள் » என முன் வைக்கப்படுகிற கருதுகோளின் அடிப்படையில் இக்கட்டுரை நீள்- கிறது. தொடர்ந்து உடற்சேர்க்கையில் பெண்ணின் பாலியல் உணர்வுகள் குறித்து சற்று விரிவாகவே பேசுகிறார். பொதுவில் மனிதனின் திறமை வலிமை ஆற்றல் என்பவை அனைத்துமே உடல் மூளை இரண்டும் சேர்ந்தது. எனினும் ஆற்றலின்

பிரயோக இடத்தைப் பொறுத்து ஒன்றின் தேவை கூடுதலாக இருக்கலாம் குறை-வாகவும் இருக்கலாம். ஆகப் பாலுணர்வும் குறிப்பிட்டச் சில ஆற்றல்களுக்குத் தேவைப்படுவதைப்போலவே மூளை மற்றும் நரம்புமணடலங்களின் துணைகொண்டு செயல்படுகின்றன என்பதை இப்பலுதியில் விளக்குகிறார்.

« பாலுறவுக்கான தேவை — முடிவை இன்று பலமுள்ள ஆண் எடுக்கிறான். ஆனால் பொருளியலை விட இயற்கைச் சூழலின் பிடியிலிருந்த அன்றைய மானுட வாழ்வில் - குடும்ப வாழ்வு ஆரம்ப காலத்தில் இருந்த அன்றைய வாழ்-வில் - பெண்தான் மிகவும் நட்பு குணம்கொண்ட ஆடவனைத் தேர்ந்தெடுத்துக் கொண்டாள். ஒருவர்க்கொருவர் கூட்டுறவாக வாழ்வதற்கு இத்தகைய அணுகுமு-றைதான் இயல்பாக இருந்திருக்கும் » எனக் 'க. பஞ்சுவிற்குள்ள ஏக்கம் நியா-யமானதென்றாலும் இன்றைய மனித குலத்தின் பரிணாம வளர்ச்சி என்று பல நன்மைகளைக் கண்டிருக்கலாம் ஆனால் அவை அனைத்தையும் சிறுமைபடுத்து-வதைபோல பேதங்களின் எண்ணிக்கையும் பல்கிப்பெருகின. 'நீயும் நானும் ஒன்-றல்ல' என்பது பல முனைகளிலும் எதிரொலிப்பதைப் போலவே குடும்பத்திலும் ஒலிக்கிறது. பாலுணர்வு ஏன் எதனால், இருபாலினத்தில் எவரிடம் கூடுதல் அல்-லது குறைவு என்பதைக் காட்டிலும் இங்கும் பிற துறைகளைப்போலவே 'தடி எடுத்தவன் தணடல்காரன்' என்ற உண்மையை மெய்ப்பிக்கும் களமாக பாலுறவும் இருக்கிறது. நீதி நூலோ சட்டமோ திருத்த முடியாதது, சம்பந்தப்பட்டவர்கள் தங்க-களைத் திருத்திக்கொண்டால்தான் உண்டு.

பெண் எனும் புதிர்

« தனி மனிதனால் விளங்க்கிகொள்ள முடியாத — மாற்றி அமைக்க முடி-யாத இயல்பு நிகழ்வுகளைப் புரிந்துகொள்ள மந்திரம், மதம், விஞ்ஞனம் முதலியன தோன்றின என்றும் அவற்றுள் விவரிக்க முடியாத - புதிரான நிகழ்வுகளுள் ஒன்-றாகத் தாயும் அவள் செயல்பாடும் அமைந்தன » எனத் தெரிவிக்கும் ஆசிரியர் தொடர்ந்து « பிறப்பளித்தல் என்ற மாய வித்தையினால் பெண் புதை ஆர்வமு-டையயவளாகத் தோற்றம் அளிக்கிறாள் » என்றும் « உண்மையில் மானுடத்தின் சிந்தனையில் தோன்றிய முதன்மையான இணை முரண் பிறப்பு — இறப்பு என்ற இணைதான் சிந்தனைக்கு சிந்தனைக்கு ஊற்றாக அமையும் » என்றும் « இந்த எதிர் நிலைகளை வடிவமைப்பதாகவும் பெண்ணின் வாழ்க்கைதான் வாய்ப்பாக அமைந்துள்ளது » என்ற கூற்று ஆய்வுக்குரியது. தொடர்ந்து « ஒரு குழந்தை-யின் உலகம் தாயுடன் தான் தொடங்குகிறது எனவும் தந்தை உட்பட மற்றவர்கள் அதற்குப் பிறகுதான் செயற்கையாய் குழந்தையின் உலகிற்குள் நுழைகிறார்கள் » என்ற கருத்தும் முக்கியமானது. பெண்ணின் மாதவிடாய்க்குறித்தும் நெடிய விளக்-கத்தைத் அளிக்கும் பேராசிரியர் அது தொடர்பான ஆண்களின் எதிர் நடவடிக்-

கைகளை'கருப்பைப் பொறாமையாகச் சித்தரிக்கிறார். இக்கருப்பை பொறாமைதான் தந்தை வழி கருத்தின் விளைவாக மாதவிடாய்க்கு உள்ளாகும் அசுத்தமானவ- ளாக பெண்களைக் கருதவைக்கிறது என்பதும் அடிக்கோடிட்டுக்கொள்ளவேண்டிய ஒன்று. இப்பகுதிலேயே ஓரிடத்தில் « ஐரோப்பிய நாகரீகம் நுழைந்த பிறகுதான் ஓர் ஆணை மட்டுமே மையமாகக் கொண்ட ஓர் அமைப்பாகக் குடும்பத்தைப் பார்க்கிற பார்வை உண்டானதென்றும் , அதன் பிறகுதான் முதியவர்களிடம் யோசனைக் கேட்பதைவிட ஆண்களிடம் யோசனைக் கேட்பது உருவாயிற்று என்ற தகவலும் நமக்குக் கிடைக்கிறது.

வேட்டையாடுதல் சேகரித்தல் ஆகிய தலைபின் கீழ் சொல்லப்பட்ட வாதங்- களை இங்கும் சேகரித்தல் பயிரிடுதல் என்ற தலைப்பின் கீழ் கேட்கிறோம். மனிதன் ஒரிடத்தில் வாழ்ந்து விவசாயத் தொழில் செய்ததன் விளைவாக « உடமை உணர்வை » உருவாக்கியது என்றும் அதுவே பின்பு : தானியங்களையும் வேறு பல பொருட்களையும் சரிசம நிலையற்ற வரிசையில் பங்கீடு செய்யும் முறை உரு- வாக க் காரணம் என்கிறார்

தந்தைத் தனத்தின் தோற்றம்

« உலக நாகரீகம் அனைத்திலும் காணப்படும் பெண்களின்மேலான ஆண்க- ளின் பாலியல் ஒடுக்குமுறை விலங்குகளை வீட்டு விலங்குகளாகப் பழக்கிய ஓர் 'அமைப்பியல்' லில் இருந்துதான் தோன்றியிருக்கும் என்று நம்பலாம் » என்பதை நாமும் மனப் பூர்வமாக நம்பலாம்.

வீட்டுவிலங்காக இன்றளவும் (மேற்குலகு உட்பட) பெண்கள் நடத்தப்படுவதை பேராசிரியர் மிக ஆழமாகவே ஆய்வு செய்திருக்கிறார். ஆணாதிக்கத்தின் இந்த வல்லடி தருக்கத்திற்கு வழக்கம்போல சமயங்கள் துணைபோயிருப்பதும் தெரியவ்ரு- கிறது. ஆண் பெண் உறவில் இன்று உலகெங்கும் எதிரொலிக்கிற பாலியல் வன்- முறை, குடும்பத்தில் கணவன் மனைவி மீது நடத்தும் தாக்குதல், பொது வெளி- யில், பேருந்துகளில், இரயிலில், வேலை பார்க்கும் அலுவலகங்களில் பெண்களுக்கு எதிராக நடைபெறும் வன்முறைச் சம்பவங்கள் அனைத்திற்கும் முனைவர் க. பஞ்சு கூறுவதுபோல « வீட்டு விலங்குகளைச் சார்ந்து வாழ நேர்ந்த வாழ்க்கை முறை- மைக்கும் பெண்கள் 'தாழ் நிலை' அடைந்ததற்கும் » தொடர்பு இருக்கும் என்பதை மறுக்கவியலாது.

ஈ. கருவுயிர்த்தலும் ஆணாதிக்கமும்

குழந்தைப் பெற்றுகொடுக்கும் பெண்களின் ஆற்றல் அதனால் மனுடத்தின் உயிர்த்தலில் பெண்ணுக்குள்ள முக்கியத்துவம் ; சிசு கொலைகள், கருக்கலைப்பு ஏன் எதனால் ? வழக்கம்போல க. பஞ்சு எழுதும் பொருளின் தன்மை கருதி அறிவியல் கருத்துக்களின் அடிப்படையில் இப்பிரச்சினைகள் குறித்து விவாதிக்கி-

நார். « மனித நாகரிகம் என்பது 'மதிப்பீடுகளின் தோற்றத்தால் வளர்ச்சி அடைந்தது என்பதால் இந்த மதிப்பினைக் குழந்தை பெறுவதன் மூலம் ஒரு பெண் இயற்கையாகவே சமூகத்தில் எளிதாகப் பெற முடிந்தது « என்ற மார்க்கரெட் மீட் என்பவர் கருத்தை நினைவு கூர்ந்து, இந்த மதிப்பீடு தனக்கு வாய்க்காமற்போனதால் ஆண் தவறான வழிமுறைகளில் அதனைப் பெற முயற்சிசெய்கிறான் என்ற கருத்து நூற்றுக்கு நூறு உண்மை.

உ. பெண்ணியமும் விஞ்ஞானமும்

பெண்ணியம் குறித்து நவீன பார்வைகள் இன்று உலகெங்கும் வைக்கப்படுகின்றன. கல்வியில் ஏற்பட்டுள்ள முன்னேற்றமும், ஆண்களைச் சார்ந்திராத பெண்களின் பொருளாதார நிலையும், ஊடகம் தொலைத் தொடர்பு ஆகியவற்றின் வளர்ச்சியும் இன்று பெண்களை நிமிர வைத்திருக்கிறது. 'பெண்ணியம்', 'பெண்ணுரிமை' போன்ற வார்த்தைகளை ஆண்கள், பெண்களென இருபாலரும் கையாளுகிறார்கள். மனிதகுலம் அனைத்து துறையிலும் இன்று முன்னேற்றத்தைக் கண்டுள்ளது, இதில் பெண்களின் சமூக நிலமையும் அடங்கும். இருந்தபோதிலும், மனிதர் சுதந்திரம், மனித உரிமைகள் குறித்து வாய் கிழியப் பேசுகிற மேற்குலகிலுங்கூட பல்வேறு துறைகளில் ஆண் பெண் பேதங்கள் இருக்கவே செய்கின்றன. அரசியல், நிர்வாகம், பாதுகாப்பு, ராணுவம் போன்றவற்றில் பெண்களின் பிரதிநிதித்துவம் ஆண்களினும் பார்க்கக் குறைவு. சமூகத்தில் அவள் பங்களிப்பு குறைவாகவே மதிப்பிடப்படுகிறது. ஆணுக்குரிய மதிப்பெண்கள் அவளுக்குத் தரப்படுவதில்லை. அவர்கள் நலிந்த பிரிவினர். அவளுக்குத் தைரியம் காணாது, சோப்புக்கும், வாசனாதி தைல விளம்பரத்திற்கும் தேவைப்படுபவள்; ஆடை வடிவமைப்பவர்களுக்காக ஒயிலாக மேடையிற் பூனை நடைபோடவேண்டியவள், விரல் கனமில்லாத ஓர் ஆண் கதா நாயகனுக்கு, ஈடு செய்ய பக்கத்திற்கொன்றாக இரண்டு கதா நாயகிகள். இதுதான் இருபத்தொன்றாம் நூற்றாண்டிலும் பெண்களின் நிலமை. இப்படியிருக்கிறபோது தங்கள் இருத்தலைக் கட்டிக்காக்கப் பெண்கள் முன்வராத காலத்தில் அவர்கள் நிலை எப்படி இருந்திருக்கும்? இந்நிலையில் ஊமைகளாகப் பெண்கள் அதிகம் இருந்தக் காலத்தில் சில ஆண்கள் அவர்களுக்காக வக்காலத்து வாங்கினர். உலகின் பிற நாடுகளைபோலவே தமிழ்மண்ணிலும் அரசியல், இலக்கியம் இரண்டு துறைகளிலும் பெண்ணியத்திற்கு என்பதைக்காட்டிலும் பெண்களுக்கு ஆதரவாகக் குரல் எழுப்பினர். ஆனால் அக்குரலே பெண்கள் தரப்பிலிருந்து வந்தபோது பெண்ணியக்குரலாக ஒலித்தது. பெண்ணுரிமைக்காப் பெண்கள் குரல் கொடுக்கிறபோது அக்குரல் அசலான சுரத்துடனும் (Note), தொனிப்பதை கேட்க முடிகிறது. கடந்தக் காலங்களில் அதிகம் பகுத்தறிவின்பாற்பட்டு தமிழ்சமூகத்தில் பெண்விடுதலைக்குரல்கள் ஒலித்ததையும் தற்காலத்தில் அக்குரல் அறிவியல் கூறுகளைக்கொண்டு பெண்களை முன்நிறுத்துவதை-

யும் பேராசிரியர் தெரிவிக்கிறார்.

"முன்சீப் வேதநாயகம்பிள்ளை, பாரதியார், பாரதிதாசன், திராவிட இயக்கத்-தினர் , பொது உடைமைக்காரர்கள் முதலியோரால் 'பெண்கல்வி', 'சதி மறுப்பு' 'விதவை மறுமணம்', 'பொருந்தாத் திருமணம்', பால்ய விவாக எதிர்ப்பு என்றெல்-லாம் காலச் சூழலுக்கேற்ப பெண்விடுதலைப் பற்றி நிறைய வாவதிக்கப்பட்டு வந்-துள்ளன. ஆனால் சமீபக் காலத்தில் பேசப்படும் பெண்ணியம் விஞ்ஞான அடிப்-படையில் தத்துவப் பின்னணியோடு, புனிதமானது எனப் போற்றப்பட்டு வரும் " குடும்ம்பம் உட்பட அனைத்தையும் தயவு தாட்சயமின்றி கேள்விக்கு உட்-டுத்துகிற போராட்ட குணம் நிறைந்ததாகும்"- என கடந்த காலத்திய பெண்-ணியய குரலிலிருந்து தற்போதைய குரல் எதனால் வேறுபட்டிருக்கிறது என்பதை ஆரம்பத்திலேயே பேராசிரியர் நமக்கு அடிக்கோடிட்டுக் காட்டிவிடுகிறார். இங்கும் 'பெண்ணியத்திற்கு' ஆண்கள் தெரிவிக்கும் ஆதரவு குறித்து நடு நிலைமையோடு கருத்துரைக்கிறார். இதுபோன்ற பிரச்சினையில் சரித்திரம் தெரிவிக்கும் உண்மை-களையும் கணக்கிற்கொண்டு பேராசிரியர் ஆய்வு செய்திருப்பது சிறப்பு. ஆனால் அடுத்துவரும் வரிகள் நவீன உலகின் அறிவியல், பெண்ணியத்திற்கு ஆதரவாக இருப்பதற்குப் பதிலாக பெண் விடுதலைக்கு எதிராக இருப்பதை விளக்கும் முயற்-சியாக இக்கடுரை எழுதப்பட்டுள்ளது என்கிற விளக்கம் நமக்குக் கிடைக்கிறது. கட்டுரையின் தொடக்கத்தில் நாம் கொண்டிருந்த நம்பிக்கைக்கு எதிராக உள்-ளது. அறிவியலும் ஆணாதிக்கத்திற்குச் சொந்தமானது, எனவே அது கண்டடை-கிற முடிவுகளும் பெண் விடுதலைக்கு எதிரானது என்பது ஆசிரியர் வாதம்.

உடைமை உணர்வும் வலிமைத் தத்துவழும்

இத்தலைப்பின் கீழ் "உலகம் முழுவதிலுமே ஒரு வியாபாரப் பொருளாக விற்-றுத் தீர்க்கக்கூடிய ஒரு சொத்தாகத்தான் பெண் நடத்தப்படுகிறாள்" என ஆதங்கப்-படும் க.பஞ்சு வரலாறுகள் காவியங்கள் ஆகியவற்றுள் இடம்பெற்றிருக்கிற காட்-சிகளை நினைவுகூர்கிறார். பெண் என்பவள்

- போர்க்களத்தில் தூக்கிச்செல்லப்பட்டிருக்கிறாள்

- பரிசுப்பொருளாக வழங்கப்பட்டிருக்கிறாள்

- ஆடவர் சபையில் ஏலம் விடப்பட்டிருக்கிறாள்

- அரசியல் ஒப்பந்தத்தில் பேரத்திற்குரிய பொருளாகப் பேசப்பட்டிருக்கிறாள்

- சூதாட்டத்தில் சூதுப்பொருளாக வைக்கப்பட்டிருக்கிறாள்

- அந்தப்புரங்களில் ஆண்மையின் சின்னமாக அடுக்கப்பட்டிருக்கிறாள்

- கலை இலக்கியங்களிற்கூட சந்தைக்கான அழகுப்பொருளாகத்தான் (சரக்கு வருகிறது!) பயன்பட்டிருக்கிறாள்

என வரிசைப்படுத்தும் பட்டியலில் பெரும்பாலானவை வழக்கொழிந்துவிட்டன. எஞ்சிய சிலவற்றின் கர்த்தாக்களுங்கூட இன்று பகரங்கமாகத் தங்களை அடையா-

எப்படுத்திக்கொள்ள நாணுகிறார்கள். அத்தகையப் போக்கை நேர்மையான அறி-வுஜீவிகள், மனித உரிமை ஆர்வலர்கள் ஏற்பதுமில்லை. பெண்களை உடைமை-யாகப் பார்க்கும் ஆணாதிக்கப் போக்கிற்கு, பெண்ணுரிமைபேசும் மேடைகளில் அதிகம் விவாதிக்கபடும் தந்தை வழி சமூக அமைப்பே காரணம் என்றும், அதற்கு முன்பாக தாய்வழி சமூகமென்று, ஒன்று இருந்தாக நம்பப்படும் கருத்தியத்தை-யும் நினைவு கூர்ந்து எவ்வாறெல்லாம் ஆனாதிக்க அறிவியல் கோட்பாட்டாளர்-கள் பெண்பாலினத்திற்கு எதிராக அரசியல் செய்தார்கள் என்பதை பேராசிரியர் அவருக்கே உரிய மொழிகொண்டு கட்டுரையை முன்னெடுத்து செல்கிறார்.

அ. டார்வின் பிராய்டு உட்பட அனைவருமே ஆண் வலிமையானவன் என்-பதை முதல்விதியாக வைத்து செயல்பட்டார்கள்

ஆ. ஆனாதிக்க சமூக அமைப்புக்கு முன்பாக தாய்வழி சமூக அமைப்பு என ஒன்றிருந்தும் மானுடவியல் அறிஞர்கள் பின்னதைத் தாழ்வாகவே கருதினார்கள்

இ. டார்வினுடைய 'உயிர்களின் தோற்றம்' என்ற நூலிலும், 'மனிதனின் மரபு-வழி' என்ர நூலிலும், ஆண்களுக்கான "வல்லமைத் தத்துவமே" முன்வைக்கப்-படுகிறது . "வலிமை உள்ளவை வாழும் மற்றவை மடியும்" என்ற புகழ் பெற்ற வாசகத்தில் ஒலிப்பது ஆணாதிக்க குரலே.

ஈ. லெவிஸ்ட்றோஸ் " மானுடச் சமூகத்தில் ஒரு மனிதன் மற்றொரு மனி-தனிடம் ஒரு பெண்ணைப் பெறுகிறான். அவன் இந்த மனிதனுக்குத் தன் மகளை (அ) சகோதரியைத் தருகிறான்" என்ற ஒரு அடிக்கருத்தைத்தான் அடிபடை-யாக வைத்துக்கொண்டு மானுட உறவுபற்றிய தன்னுடைய முழுக்கோட்பாட்டையும் வகுத்துக்கொண்டுள்ளார்

உ. பிராய்டு " ஒரு பெண்குழந்தை "தனக்கு ஆண்பிறப்புறுப்பு இல்லை" என்ற எதிர்மறையின் மூலமாகத்தான் தன்னை அடையாளம் கண்டுகொள்கிறது. அதனால் தவிர்க்க முடியாதபடி அதற்கு ஆணுறுப்பு மேல் உருவாகும் பொறாமை உணர்வினால் துன்புறுகிறது. அதனால் பிறப்புறுப்பை இழந்தப் பயச்சிக்கலுக்குள் சிக்கிக்கொள்கிறாள். இந்தச் சிக்கலின் காரண்மாகத்தான் பெண்களே தங்களைக் "குறையுடைய ஆண்" எனக் கருதுகின்றனர்". பிராய்டின் இந்த அணுகுமுறை-யைப் பின்னால் வந்தவர்கள் "லிங்க மைய வாதம்" என்று பெயர் சூட்டி ஆனா-திக்கத்தைக் குறிக்க இச்சொல்லாட்சியை பயன்படுத்தினர்.

என முனைவர் க.பஞ்சு பெண்விடுதலைக்கு அல்லது பெண்ணியத்திற்கு எதி-ராக ஆண் அறிவு ஜீவிகள் செயல்பட்டார்களென குற்றஞ்சாட்டுகிறார்.

அறிவியல் உண்மைகள் வேறு சமூக உண்மைகள் வேறு என்பதை பேராசிரியர் அறியாதவரல்லர். இயற்கையின் பாற்பட்டு சிலபாகுபாடுகள் இருக்கின்றன. அனைத்தும் ஒரே ருசியாகவோ, ஒரே நிறத்திலோ, ஒரே அளவிலோ படைக்க-பட்டிருப்பின் இப்பிரச்சினைகளில்லைதான், ஆனான் வாழ்க்கை ருசியற்றுபோயி-

ருக்கும் ஆனால் பாரதி சொன்னதுபோல "எந்த நிறமிருந்தாலும் அவை யாவும் ஒரே தரமன்றோ? இந்த நிறம் சிறிதென்றும் -இஃது ஏற்றமென்றும் சொல்லலாமோ? என்ற மனம் வேண்டும். அரசமரத்தைப் பெரிதாகவும் அருகம் புல்லை சிறிதாக-வும் இருப்பதுகூட அழகுதான். ஒன்றின் உபயோகம் மற்றொன்றிற்கு இல்லை என்-றபோதிலும் இரண்டும் இருவேறு களனில் உயர்ந்து நிற்பவை. அருகம்புல்லிற்-கும் வலிமையுண்டு அரமரத்திற்கும் வலிமையுண்டு இரண்டும் இருவேறுதளத்தில் தங்கள் வலிமையை நிரூபிக்கின்றன, என்ற உண்மையை மானுடம் உணர்ந்தால் ஆண் பெண் பேதமட்டுமல்ல அனைத்து பேதங்களையும் சமப்படுத்திவிடமுடியும். இங்கே தான் பிரெஞ்சு படைப்பாளியின் கூற்றும் நமக்கு உதவுகிறது. மனிதர் இருத்தலை பல்வேறு கவர்ச்சிகரமான வாசகங்கள் கொண்டு உறுதி படுத்தியவர் அவர் " நான் சொந்தமாக சிலவற்றை வைத்திருக்கிறேன், எனவே இருக்கிறேன்" என்பது அதிலொன்று. அதுபோலவே "நான் சிந்திக்கிறேன் அதனால் இருக்கி-றேன்" எனக்கூறியவரும் அவர் தான். அண்மையில் ஒரு பிரெஞ்சு எழுத்தாளர், பிரெஞ்சு வானொலியில், "நான் எழுதுகிறேன் அதனால் இருக்கிறேன்"- என்றார். எனக்கு "மற்றவர்கள் பார்க்கிறார்கள் அதனால் நான் இருக்கிறேன்" எனச்சொல்-லத் தோன்றுகிறது. பெண்கள் வலிமையற்றவர்களாக அல்லது வலிமையானவர்க-ளாகத் தீர்மானிப்பதும் நமது பார்வைதான். எனவே பெண்ணுரிமைக்கென நெடு-கக் குரல்கொடுத்துவரும் பேராசியரின் அறிவியல் உண்மைக்கு எதிரான கோபம், ஆண்டாண்டுகாலமாக ஆணாதிக்கச் சமுதாயம் பெண்களுக்கு எதிராகவே அரசி-யல் செய்துவரும் அநீதியை நித்தநித்தம் காண நேர்வதால் விளைந்ததென எடுத்-துக்கொள்ள வேண்டியிருக்கிறது.

5

எடுத்துரைப்பியல்

இது எடுத்துரைப்பு உலகம், எடுத்துரைப்பின் காலம். சிறுவர்கள் முதல் பெரிய-வர்கள்வரை அதுகுறித்த அறிவியல் பிரக்ஞையோ, பயிற்சியோ இன்றி எடுத்-துரைப்பில் தேர்ந்தவர்களாக இருக்கிறார்கள் 'எடுத்துரைப்பு' என்ற சொல்லாடல் வேண்டுமானால் நமக்குப் புதிதாக இருக்கலாம். மாறாக அதனுடைய செயற்கூறு-கள் இலைமறைகாயாக மனிதர்கள் என்றைக்கு மொழியுடாக உரையுடாக ஆரம்-பித்தார்களோ அன்றே தொடங்கிவிட்டன. குழைந்தைப் பருவத்தில் தாலாட்டிலும்; மொழி புரிய ஆரம்பித்ததும் பாட்டியின் கதையிலும் எடுத்துரைப்பு நம்மை மடி-யில் போட்டுக்கொண்டது. கதைகளின்றி நாமில்லை என்றாகிவிட்டோம் அதற்-கான தேவைகள், கையாளும் மனிதர்கள் ஆகியவற்றைப் பொருத்து அவற்றின் கவர்ச்சிகள் தீர்மானிக்கப்படுகின்றன. உண்மைகளைக் காட்டிலும் அவ்வுண்மை-களைச்சுற்றிக் கட்டப்படும் கதைகள் சுவாரஸ்யமாக இருக்கின்றன. உண்மைகளைச்-சொல்ல கதைகள் உதவியதுபோக தற்போது கதைகளைச்சொல்ல உண்மைகள் உதவிக்கொண்டிருக்கின்றன. எடுத்துரைப்பை நம்பியே கலைகளும், இலக்கியங்க-ளும், திரைப்படங்களும் பிறவும் உள்ளன. ஓர் படைப்பிலக்கியவாதியை அவன் எடுத்துரைப்பை வைத்தே மதிப்பிடுகிறார்கள். இலக்கியத்தில் மட்டுமல்ல எல்லா துறைகளிலும் அது வியாபித்திருக்கிறது. விளம்பரங்கள், அரசியல், இதழியல், பொருளியல், மருத்துவம்.. எடுத்துரைப்பின் நிழல்படியா துறைகள் இன்றில்லை.

"ஒருவர் தாம் கையாளும் பொருளைக்குறித்து, பிறரால் ஏற்றுக்கொள்ளப்பட்ட உண்மைககளின் அடிப்படையில் காலவரிசையில் கூறினால் சரித்திரம் ஆகிறது. மாறாக அப்பொருள் குறித்த சரித்திரத்தை தம்முடைய உண்மைகளின் அடிப்-படையில் தம்முடைய விருப்பவரிசையில் ஒருவர் தெரிவித்தால் கதையாகிறது"(பிரேமோன்). இரண்டுமே நடந்து முடிந்த ஒன்றை தெரிந்துகொள்ள முனையும் ஒரு புதிய மனிதருக்கு உரைப்பதாகும். ஆக சரித்திரமும் கதையும் ஒன்றுதான்.

பிரெஞ்சு மொழியில் Histoire (History) என்றசொல்லுக்கு 'கதை' என்றும் 'வரலாறு' என்றும் 'பொய்' என்றும் பொருளுண்டு. தற்போது அதிகம் வழக்கில் இல்லையென்கிறபோதும் சரித்திரம் என்ற சொல் தமிழிலும் வரலாற்றையும், கதை- யையும் (உ.ம். பிரதாப முதலியார் சரித்திரம்) குறிக்கும் சொல்லாக அண்மைக் காலம்வரை இருந்திருக்கிறது. பிரெஞ்சு மொழியில் எடுத்துரைப்பியலை பற்றி பேசுவதற்கு Histoire, 'Récit, Intrigue போன்ற சொற்கள் உள்ளன. ஆங்கி- லத்தில் அத்தனை துல்லியமாக வேறுபாடு உணர்த்தப்படவில்லை. இந்நிலையில் பேராசிரியருடைய அசுர உழைப்பைகண்டு பிரம்மிக்கவேண்டியிருக்கிறது. தமிழில் க.பஞ்சாங்கத்தைத் தவிர்த்து வேறொருவர் எடுத்துரைப்பியல் குறித்து இத்தனை நுட்பமாக தமிழ் மரபில் காலூன்றி பேசியிருக்கிறார்களா? பேசியிருப்பினும், விரி- வாகவும் தெளிவாகவும் அப்பொருளைக் கையாண்டிருப்பார்களா எனத்தெரிய- வில்லை. நவீன இலக்கிய கோட்பாடுகள் என்ற இந்நூலில் பத்து கட்டுரைகளை எடுத்துரைப்பியல் என்ற தலைப்பின் கீழ் வாசிக்கக் கிடைக்கிறது. "எடுத்துரைப்- பியல் சில விளக்கங்கள்" என்ற முதல் கட்டுரை எடுத்துரைப்பியலை அறிமுகம் செய்கிறது. அதனைத் தொடர்ந்து ஒன்பது கட்டுரைகள், பாமரரும் விளங்கிக்- கொள்ளும் வகையிற் எளிமையாகச் சொல்லப்பட்டுள்ளது.

1. எடுத்துரைப்பியல்: சில விளக்கங்கள்

நம்மிடம் வந்தடையும் தகவல்கள் அல்லது செய்திகள் அனைத்துமே திரித்து கூறப்படுவைதான் என்ற உண்மையை நமது தினசரி வாழ்க்கையிலிருந்து உதார- ணம் காட்டுகிறார் க.பஞ்சாங்கம். ஒரு முனையிலிருந்து மறுமுனையை சென்ற- டையும் ஒரு தகவல் அல்லது செய்தி, அச்சம்பவத்தின் கவர்ச்சியைப் பொருத்து, அதைக்கொண்டு சேர்க்கும் மனிதரைப் பொறுத்து விரியவோ அல்லது சுருங்கவோ செய்கிறது. ஒரு நிகழ்ச்சிக்குப் "புனைவு மதிப்பு" உருவாவதன் ரகசியம் மனிதப் பிரச்சினைகளோடு தொடர்பு உடையதென்கிறார். "ஒருவன் சந்தையில் ரத்த வாந்தி எடுத்தான்" என்ற தகவல் ஒவ்வொரு மனிதராகக் கடந்து இறுதியில் "நம்ம தெரு நல்லதம்பி இருக்கான்ல, அதான் ஓங்க சித்தப்பா மகன் நல்லதம்பி , மந்- தையில காக்கா காக்காவா வாந்தி எடுத்தானமில்ல. உனக்குத் தெரியுமா? என்- னப்பா அதிசயம்!" எனமுடிகிறது. "பேனை பெருமாளுக்கும்" கலையில் மனிதர்கள் எல்லோருமே தேர்ந்தவர்கள்தான். ஒரு கதைக் கட்டுக்கதையாகும் இரகசியத்தை - புனைகதையாக உருமாறும் நுட்பத்தை நம் அன்றாட வாழ்க்கை நரம்புகளின் துணைகொண்டு சொல்ல கட்டுரைகளை மட்டுமே எழுதிக்கொண்டிருக்கிற மனிதர்- களுக்குச் சாத்தியமில்லை. புனைவும் வசப்படவேண்டும், மனிதர் கற்பனைகளுக்- குள் ஊடுறுவும் வல்லமையும் வேண்டும். எனவேதான் மொழியியல், படைப்பியல் இரண்டையும் நன்கறிந்த க.பஞ்சாங்கம் எடுத்துரைப்பு குறித்து பேசுவதை நாம் கேட்கவேண்டியவர்காளாக இருக்கிறோம். பேராசிரியர் சொல்வதுபோல இன்றைக்கு

ஊடகங்கள் மூலமாக நம்கவனத்திற்கு வருகிற தகவல்கள், செய்திகள், உண்மை-யென நம்பிக்கொண்டிருக்கிற வரலாறுகள், ஆவணங்கள், திரைப்படங்கள், துணுக்-குகள், சிறுகதைகள், நாவல்கள் அனைத்துமே எடுத்துரைப்பு களமாக, தளமாக விளங்குகின்றன.

எடுத்துரைப்பின் குணநலன்களைப் பேசவருகிற அவர் பாரதியின் கவிதையை மேற்கோள்காட்டுவது அழகு:

"இன்பமெனச் சிறுகதைகள் -எனக்கு

ஏற்றமென்றும் வெற்றியென்றும் சிலகதைகள்

துன்பமெனச் சிலகதைகள் - கெட்ட

தோல்வியென்றும் வீழ்ச்சியென்றும் சிலகதைகள் (ந. இ.கோ. பக்.131)

புனைகதை எடுத்துரைப்பைப் பற்றி பேசுவது கட்டுரை ஆசிரியரின் நோக்கம் என்பதால் 'இலக்கியம், இலக்கியத்தின் வகைமைகள்,கலை, வடிவங்கள் குறித்தும் சுருக்கமான அறிமுகங்கள் உள்ளன. அவை கட்டுரையின் மையப்பொருளை நோக்கி நம்மை அழைத்து செல்ல உதவுகின்றன. "புனைகதை எடுத்துரைப்பு என்-பது தொடர் நிகழ்ச்சிகளால் ஆனது, அல்லது ஒன்றுக்கு மேற்பட்ட நிகழ்ச்சிகளின் தொகுப்பு. 'புனைவு மதிப்பு' என்பது மனிதப்பிரச்சினைகளோடு தொடர்புடையவை" என ஆசிரியர் தரும் குறிப்புகளும் கவனத்திற்கொள்ளத்தக்கவை.

<u>புனைகதை எடுத்துரைப்பு என்பது என்ன?</u>

1. நிகழ்ச்சிகள். 2. நிகழ்ச்சிகளுக்கான வார்த்தைக் குறியீடுகள். 3. எடுத்துச்சொல்லும் அல்லது எழுதும்செயல்பாடென்றும் முறையே மூன்று அலகுக-ளாலானவை எனக்கூறி, அவையே கதை(story), பனுவல் (Text), எடுத்துரைப்பு (Narration) என மொழியியல் வல்லுனர்களால் வகைப்படுத்தப்பட்டுள்ளன என ஆசிரியர் தெரிவிக்கிறார். "பனுவலிலிருந்து நம்முடைய மனநிலைக்கு ஏற்ப, தேவைக்கேற்ப சுருக்கி எடுத்துக்கொள்ளப்படும் எடுத்துரைப்பு நிகழ்ச்சிகள் - கதை யென்றும்; பேசுகின்ற அல்லது எழுதுகின்ற மொழியாடலே பனுவலென்றும் விளக்-கம் கிடைக்கிறது.

எல்லாவிதமான புனைகதை எடுத்துரைப்புகளையும் ஆராய்வதற்குப் பொது-வான ஒரு முறையியலை உருவாக்குவதற்காக இப்பகுதி எழுதப்பட்டதென்பதை முதலாவது காரணமாகவும்; தனிப்பட்ட ஒரு எடுத்துரைப்பு வகையினைப் பிரித்தெ-டுத்து அதைக் கற்றுகொள்வதற்கான ஒரு வழிமுறையைச் சுட்டிக் காட்டவேண்டும் என்ற நோக்கம் இரண்டாவது காரணமென்றும் கட்டுரை ஆசிரியர் தெரிவிக்கி-றார். எடுத்துரைப்பியல் கட்டுரைகளில் அடிக்குறிப்பாக வருகிற செய்திகள் முக்கி-யமானவை. பல கலைச்சொற்களைச் சந்திக்கிறோம், அவை நமக்குப் புதியனவும் அல்ல. எனினும் எடுத்துரைப்பியல் பின்புலத்தில் கேட்டிராத தொனியில் அவை ஒலிக்கின்றன. அவற்றில் மூன்று சொற்களைப் பற்றி பேராசிரியர் இங்கு சற்று

விரிவாக தமது எண்ணங்களைப் பகிர்ந்துகொள்கிறார். பனுவல் (Text), புதிய வரலாற்றியல் (The New Historicism), மொழியாடல் (Discourse) ஆகி-யவையே அந்த மூன்று சொற்கள்.

பனுவலா? பிரதியா?

Text என்ற ஆங்கிலச் சொல்லுக்கு தமிழ் அறிஞர்களில் ஒரு பிரிவினர் 'பிரதி'யென்றும் மற்றொரு பிரிவினர் பனுவல் என்றும் அழைக்க இரண்டுமே வழக்கிலுள்ளதை ஆசிரியர் சுட்டிக்காட்டிவிட்டு தமக்குப் பனுவல் என்ற சொல்லே ஏற்புடையதென்று தெரிவிக்கிறார். அகராதியை புரட்டிப் பார்த்தபோது எடுத்துரைப்-பியலில் உள்ள Text என்ற சொல்லுக்கு பிரதி பொருந்திவதைப்போல தெரிகிறது. இன்னொரு பக்கம் நடைமுறை வழக்கில் copy என்ற சொல்லுக்குப் பிரதி என்ற சொல்லை பயன்படுத்தி வருவதைப்பார்க்க, அதே 'பிரதி' என்ற சொல்லை எடுத்-துரைப்பியல் மொழிக்கும் பயன்படுத்தினால் குழப்பத்தைத் தராதா என்ற ஐயமும் வருகிறது. இது மொழியியலாளர்கள் தீர்மானிக்கவேண்டிய ஒன்று. பனுவல் என்ற சொல்லோடு வேறு சில பிரச்சினைகளையும் ஆசிரியர் எழுப்புகிறார். அதி-லொன்று, அண்மைக்காலங்களில் படைப்பு, படைப்பாளி, வாசகன் குறித்து தரப்ப-டும் புதிய விளக்கங்கள். விக்கிரமாதித்தன் கதை கேள்விபோல பின் நவீனத்துவ-வாதிகள் எழுப்பும் கேள்வியை [ஒரு படைப்புக்கு யார் சொந்தம் கொண்டாடுவது " படைத்தவனா" (எழுதாளனா?) "உயிர்கொடுப்பவனா" (வாசகனா?)] ஆசிரிய-ரும் எழுப்புகிறார். ரொலாண் பர்த்தின் கருத்துக்களை முற்றாக மறுத்தும் நூல்-கள் பல வந்துவிட்டன. இலக்கியம் என்பது அறிவியல் அல்ல, இங்கே முடிவான உண்மைகளுக்கு சாத்தியமில்லை.

புதிய வரலாற்றியல்

அமெரிக்க திறனாய்வாளர் ஸ்டிபன் க்ரீன்ப்ளாட் என்பதுகளில் பயன்படுத்தியை இப்புதிய இலக்கிய சித்தாந்தம், பிநவீனத்துவத்தின்கீழ் பலகோட்பாடுகளை உள்ள-டக்கியதென்கிறார் கட்டுரை ஆசிரியர். இப்புதிய வரலாற்றியலின்படி "வரலாற்றுக்-குள் புனைவையும் புனவுக்குள் வரலாற்றையும் தேடி அடையலாம்....... வரலாற்று தகவல்கூட ஒரு கதைதான்....ஒவ்வொரு தலைமுறையும் தன் காலத்தின் தேவைக்கு ஏற்ப இறந்த காலத்தை வரலாறு என்ற பேரில் மாற்றி எழுதிக் கொள்-ளுகின்றன.."(ந.இ.கோ. பக்கம் 136)

டிஸ்கோர்ஸ் (Discourse)

மொழியியலில் மிகவும் முக்கியமானதொரு சொல்லாக கருதப்படுகிற இச்-சொல்லைக்குறித்து, "எடுத்துரைப்பியல்: சில விளக்கங்கள் என்ற இக்கட்டுரையின் அடிக்குறிப்பு விரிவாகப் பேசியிருக்கிறது. மிஷேல் *பூக்கோ என்கிற பிரெஞ்சு மொழியியல் அறிஞர் இச்சொல்லுக்கு ஒரு பன்முகப்பார்வையைக் கொடுத்தி-ருக்கிறார். வெகுசன வழக்கில் 'டிஸ்க்கூர்'(Discours) என்ற பிரெஞ்சு சொல்-

லுக்கு சொற்பொழிவு அல்லது உரை(பேச்சு) என்றே பொருள். பிரெஞ்சு அகராதியில் பொருள் தேடினால்: மேடையில் பேசுதல்; கொடுத்த தலைப்பில் விரிவாகப் பேசுதல்; சீராக முன்னெடுத்துச்செல்லும் பேச்சு; மேடைப்பேச்சுகென்று எழுதி தயாரித்த உரை என்றெல்லாம் பொருள் இருக்கின்றன. இவற்றை யெல்லாம் கணக்கிற்கொண்டே மொழியியலுக்குள் மிஷெல் பூக்கோ இச்சொல்லைப் பயன்படுத்தியிருக்கிறார் என்பது தெளிவு. இலத்தீன் மொழியை வேர்ச்சொல்லாகக் கொண்ட இப்பிரெஞ்சு சொல்லுக்கு 'சொல்லாடல்' என்ற தமிழ்ச்சொல்லை விட 'மொழியாடல்' என்ற தமிழ்ச்சொல் பொருத்தமாக இருக்குமென நினைக்கிறேன்.

2. கதையும் நிகழ்ச்சியும்

எடுத்துரைப்பியலில் க.பஞ்சாங்கத்தின் இரண்டாவது கட்டுரை.

"கதை என்பது என்ன? 'கதை' என வொன்று இல்லாமல் மனித இருப்பு சாத்தியமா?" என்ற கேள்விகளை எழுப்பும் ஆசிரியர் அதற்கான பதிலையும் கூறிவிடுகிறார். அவரது கூற்றுப்படி கதை என்கிற ஒரு கூறுதான், உலக நிகழ்ச்சிகளை எடுத்துரைப்புப் பனுவலாக மாற்றிப் போடுவதில் பெரும்பங்கு வகிக்கின்றது. எனினும் இதொரு நுட்பமான கருத்தியலாகக் கதை பனுவலுக்குள் விளங்குவதால் வாசகருக்கு இது நேரடியாக எளிதில் வசப்படக்கூடியதாக இல்லை எனும் கூற்றை நாம் மறுப்பதற்கில்லை.

"திரும்பத் திரும்பக் கதையை சலிக்காமல் கூறும் பண்பு, ஒரே கதையில் பல்வேறு வடிவங்களை எளிதில் கண்டு கொள்ளும் திறம் வெவ்வேறு ஊடகங்களில் அதே கதை எப்படியெல்லாம் மாறி விளங்குகிறது என்பதை அடையாளம் காணும் திறம் ஆகிய திறங்களை உடையவர்களால்தான் கதை வடிவத்தை விளக்க முடியும்" என ஆசிரியர் கூறுவதைப்போல இப்பகுதி சாதாரண வாசகர்களுக்கு அத்தனை எளிதாக விளங்கக்கூடிதல்ல.

கதையின் உள்ளார்ந்த அமைப்பு - குறியியல்:

எடுத்துரைப்பியலில் குறியியல் (Sémiotique) குறித்து ஆய்வு செய்து அதன் பண்பாட்டை வரையறை செய்தவர் அமெரிக்க அறிஞரான சார்லஸ் சாண்டர்ஸ் பியர்ஸ் (Charles Sanders Peirce). பின்னர் சுவிஸ் மொழியியலாளர் பெர்டினான் தெ சொஸ்ஸ—ய்(Ferdinand de saussure) என்பவருக்கு குறியியல் சமூகத்தில் பொதிந்துள்ள குறியீடுகளின் உயிர் வாழ்க்கைச் சம்பந்தப்பட்ட அறிவியல்.

ஒரு கதையோட்டத்தில் குறியியல் ஆய்வு என்பது இருவகையானது:

எடுத்துரைப்பில் தொழில் நுட்பங்களை ஆய்வதென்பது முதலாவது; கதைசொல்லல் எனும் பிரபஞ்சத்தினுடைய நிர்வாக சட்டதிட்டங்களை பரிசீலனைக்கு எடுத்துக்கொள்வதென்பது இரண்டாவது. இவற்றைக்கூட பொது அலகொன்றினால் அள்விட முடியாது. இருவகையான அணுகுமுறைகள் தேவையென்கின்றனர் இத்-

துறையில் ஆய்வினை மேற்கொண்ட மொழியியல் வல்லுனர்கள்: அவர்களின் முடிவின்படி:

1. அனைத்து தொடர் நிகழ்வுகளையும்கொண்டு உருவாகும் ஒரு கதை புரி-தலுக்குரியதாக இருக்கவேண்டும் என்ற நிர்ப்பந்த தர்க்கத்தை பிரதிபலிக்கும் சட்-டங்களின் கீழ் அணுகுவது முதலாவது வகை.

2. மேற்கண்ட நிர்பந்தந்துடன், அக்கதைக்கென ஏற்படுத்திக்கொண்ட பிரத்தி-யேக மரபு; பண்பாடு, இலக்கியம், நிகழ்வு அரங்கேறும் காலம், கதை சொல்லியின் பாணி போன்ற காரணிகள் இணைந்து நடைமுறைபடுத்துகிற சட்டதிட்டங்களின் கீழ் அணுகுவதென்பது இரண்டாவது வகை.

ரஷ்ய எடுத்துரைப்பு ஆய்வாளர் விளாதிமீர் ப்ராப், பிரேமோண்ட், கிரேமோஸ் போன்ற அறிஞர்களின் மொழியியல் உண்மைகளைக்கொண்டு ஆசிரியர் கதை-யின் உள்ளார்ந்த அமைப்புகளை விளக்க முற்படுகிறார். குறிப்பாக கிரேமாஸ் (Greimas) திறனாய்வாளரின் நிகழ்ச்சியைக் குறியீடுபடுத்தலில் உள்ள இரண்டு தளங்கள்: 1. வெளிப்படையாகத் தெரியும் எடுத்துரைப்புத் தளம். 2. உள்ளார்ந்து அமையும் தளம். "எடுத்துரைப்பின் அமைப்பியல் பற்றிய புரிதலில் ஓரளவிற்காவது பயிற்சியில்லாமல் வாசகர்கள் பனுவலில் சொல்லப்பட்டிருக்கும் இயற்கை மொழி-மூலமாக அப்பனுவலுக்குள் இருந்து கதையைக் கண்டுணரமுடியாது" எச்சரிக்கையை மீண்டும் நாம் சந்திக்கிறோம்.

எடுத்துரைப்பியல் பற்றிய கருத்தாக்கங்கள்

எடுத்துரைப்பியலை மதிப்பிட மேற்கத்திய மொழியியல் அறிஞர்கள் முன்-வைத்த அலகுகளைக் குறித்து இப்பகுதி பேசுகிறது. குறிப்பாக மொழியியல் துறை விவாதிக்கிற மொழியின் மேனிலை மற்றும் ஆழ்நிலை அமைப்பு எடுத்துரைப்பிய-லுக்கும் பொருந்தும் எனத் தெரியவருகிறது. லெவிஸ்ட்ரோஸ், கிரேமாஸ் போன்-றோரின் அறிவியல் உண்மைகளை தமிழ் நிலத்திற்குப் பொருந்தும் வகையில் ஆசிரியர் பயன்படுத்திக்கொண்டிருப்பது சிறப்பு.

ஆழ்நிலை எடுத்துரைப்பு அமைப்பு என்பது வாய்ப்பாடு அல்லது சூத்திரம் தன்மையது என்பதை உருதிப்படுத்தும் வகையில், மானுடவியல் அறிஞரான லெவிஸ்ட்ரோஸ் தொன்மத்தின் அடிப்படையில் ஆய்வினைமேற்கொண்டு " "எதிர் இணைநிலைகளைக்கொண்டு இயங்குகிற முதுகுடி சார்ந்த படைப்புகளை முழு-மையற்ற தன்மைகொண்டவை எனக்காரணம் காட்டி மனித இனம் விலக முடி-யாது" என முன்வைத்த உண்மையின் அடிப்படையில் கிரேமாஸ் என்பவரின் குறி-யீட்டுச்சித்திரங்களின் அடிப்படையில் இரண்டுவகையான மிகக்குறைந்த அலகுக-ளையுடைய எதிரிணைகளை விளக்கியிருக்கிறார்.

மேனிலை எடுத்துரைப்பு அமைப்பு என்பது கதைச் சுருக்கத்தின் (Plot) பிரச்சினைகளை பேசுவதன் ஊடாக விளக்குதலில் எதிர்கொள்கிற சிக்கல்களை

அலகுகிறது. கதை என்பது குறியீடுகளின் தொகுதியான பனுவலிலிருந்து சுருக்-
மாகக் கட்டமைக்கப்பட்ட கருத்தியல், எனவே மொழியியல் வல்லுனர்களுக்கு அது
தன்னளவிலேயே புரிய முடியாத புதிர். இந்த ஒரு காரணத்தினாலேயே கதை-
யொன்றை ஆய்வுக்கு எடுத்துக்கொள்கிறபொழுது, இக்கதைச்சுருக்க பிரச்சினையு-
டனேயே தொடங்கவேண்டியிருக்கிறது. கதையைத் தொடர் நிகழ்ச்சிகளின் பெயர்
முத்திரையாக மொழியிலாளர்கள் பார்க்கும் காரணம் இதுதான். ரொலாண்ட் பர்த்-
தினுடைய ஐந்து வகையான வாசிப்பு முறைகளில் இப் பெயர்முத்திரை வாசிப்பு
அணுகு முறையும் ஒன்றெனச் சொல்லப்படுகிறது.

இப்பகுதியில் நாம் விளங்கிக்கொள்வது "வாசகர் தமது வாசிப்புத் தளத்தில்
தன்னுடைய அறிவுத் தேவைக்கேற்ப ஒரு தலைப்பைக் கதைக்கு அமைத்து
கொள்கிறார். வாசிப்பில் முன்னேறிச் செல்ல செல்ல தொடக்கத்தில் இட்ட தலைப்-
புகளை அவர் மாற்றிக்கொள்ளவும் செய்யலாம". கிடைக்கும் வேறொரு சுவாரசி-
யமான செய்தி, "கதைக்கு மாறாக, கதைச்சுருக்கம் கால வரிசைப்படி எழுதப்பட-
வேண்டும், அவ்வாறில்லையெனில் அது கதைச் சுருக்கமாகாது.

நிகழ்ச்சிகள்

"ஒரு நிலையிலிருந்து இன்னொரு நிலைக்கு மாற்றுகிற காரியமே நிகழ்ச்சி".
இப்பண்பு ஒரு பனுவலில் கதையை உருவாக்கும் ஒரு செயலி. ஒன்றுக்கு
மேற்பட்ட நிகழ்வுகளே கதையை பனுவலுக்குள் நடத்துகின்றன. இங்கே 'நிலை
அமைதி' மற்றும் "இயங்கும் நிகழ்ச்சி" என்கிற இரண்டு சொற்களையும் புரிந்து
கொள்வது அவசியமாகிறது. ஆசிரியர் பனுவலின் கதை நிகழ்வை நிகழ்வுகளின்
இயக்கமாக, வெகு எளிமையாக விளக்கிச்சொல்கிறார். அவருடைய மொழியில்
சொல்வதெனில் "அடுத்து வருகிற நிலவமைதிகள் வரிசையாக வருகிற நிகழ்ச்சி-
யாக தன்னளவில் வளர்ந்து கொள்கின்றன" இந்நிகழ்ச்சிகள் அவற்றின் செயல்-
பாட்டளவில் இருவகைப்படுகின்றன. முதலாவது: தமக்கு இணையான வேறொரு
மூலத்தை அல்லது தொடக்கத்தை உருவாக்குதல்; இரண்டாவது: ஒரு மூலத்தை
அல்லது தொடக்க சம்பவத்தை விரிவு படுத்துகிற கண்ணிகளை பின்னுதல்.

நிகழ்ச்சிகளும் தொடர் ஒழுங்குகளும்

நிகழ்ச்சிகள் இணைந்து ஒழுங்கான தொடர்ச்சிகளாக மாறுவது எப்படி? ஒழுங்-
கான தொடர்ச்சிகள் எவ்வாறு கதையாகின்றன என்ற வினாக்களை எழுப்பி
இரண்டு அடிப்படை விதிமுறைகள் இருக்கின்றன என்கிறார். ஒன்று: காலம்
சார்ந்த தொடர் ஒழுங்கு இரண்டு: காரணகாரிய தொடர் ஒழுங்கு.

காலம் சார்ந்த தொடரொழுங்குவில் "கதைக்காலம் பற்றிய கோட்பாடு மிகச்
சிறந்த முறையில் காலவொழுங்கோடு தன்னை அடையாளப்படுத்திக்கொள்ளக்-
கூடிய மரபோடு தொடர்புடையதாக இருக்கிறது. எனவே இது "கதையினுடைய
எதார்த்தமான பன்முகப்பட்ட பண்பினை மாற்றி அந்த இடத்தைப் பதிலீடு செய்கி-

றது. இவ்வாறு செய்வதன்மூலம் போலியான ஒர் இயல்புத் தன்மையை ஏற்படுத்-துகிறது".

காரண காரிய தொடரொழுங்கில் 'அதுவும் அதற்குப் பிறகும்' என்ற காலம்-சார்ந்தும் 'அது ஏன் அல்லது அது ஏனென்றால்' என்ற காரணகாரியத்தோடும் தொடர்ச்சி நிகழ்கிறது.

மிகக்குறைந்த அளவிளான கதை:

மேற்கண்ட இரண்டினுள் எது கதையை முன் நகர்த்துகிறது என்ற கேள்வி ஒரு புறமிருக்க பேராசிரியர் பிரின்ஸ் என்பவரின் மற்றொரு ஆய்வுக் கருத்தையும், நிகழ்ச்சிகளை முன்வைத்து இங்கே நினைவூட்டுகிறார். அது மிகக்குறைந்த அளவிளான கதை என்ற கருத்தியம்: உ.ம். 1. அவன் பணக்காரனாக இருந்தான்; 2. பிறகு நிறைய பணத்தை இழந்தான்; 3.அதன் விளைவாக அவன் ஏழையாகி-விட்டான். இக்கருத்தியம் மூன்று காரணிகளால் உருவானது: 1. காலத்தொடர்ச்சி 2.காரண காரிய உறவு 3. தலைகீழ் மாற்றம் இம்மூன்றும் காரண காரிய உறவோடு கூடிய அணுகுமுறைக்கு ஒரு முழுமைத் தன்மையை வழங்குபவை.

நிலையான அலகுகளும் செயற்கூறுகளும்

நிலழ்வுகளின் பொது அலகை கண்டறிய ரஷ்ய அறிஞர் விளாடிமீர் ப்ராப், அந்நாட்டின் வனதேவதைக் கதைகளை ஆய்வுக்கு எடுத்துக்கொண்டார். அதில் அவர் அறியவந்த உண்மை, தனிக்கதைகளுக்கு இவைதான் காரணமென சுட்-டப்படும் தகுதிகொண்ட நிகழ்வுகளும், நிரந்தரமற்ற பிற காரணிகளும் சேர்ந்தே நிலையான அலகுகளை கட்டமைக்கின்றனவென்று கூறி, தனிக்கதைகளை வடிவ-மைக்கிற இந்நிலையான அலகுகளைச் செயல் கூறு என அழைத்தார்.

விளாடிமீர் நிகழ்ச்சியின் செயற்கூறுகளை இருவகையில் பொருள்கொள்கிறார். "செயற்கூறு என்பது எந்த ஒன்றிலும் முழுமையாக செயல்படும் முறையியல்மூலம் தனது நோக்கத்தை நிறைவேற்றிகொள்ளுகிறது", அடுத்ததாக "செயற்கூறு மற்ற-வையோடு கொள்ளுகிற உறவானது வெவ்வேறுபட்ட அளவை உடையது என்ற முறையில் இயங்கி அதன் மூலமாகத் தன்னை வெளிப்படுத்திக்கொள்ளுகிறது. பிராப்பின் முடிவுகள் நான்கு :

1. கதை மாந்தர்களின் செயல்பாடுகள் எப்படி, யாரால் நிறைவுற்றன என்ப-வைபற்றிப் பொருட் படுத்தாமல், அவை ஒரு கதையில் நிலையான கூறுகளாக அமைந்துள்ளன.

2. வனதேவதை கதைகளில் அறியப்படும் செயற்கூறுகளின் எண்ணிக்கை அள்விடக்கூடியதாகும்.

3. செயற்கூறுகளின் வரிசை முறை எப்பொழுதும் ஒரே மாதிரியானதாகும்.

4. வனதேவதை கதைகளின் அமைப்பைபொருத்தவரை எல்லா கதைகளும் ஒரே மாதிரியானவை

விளாடிமிர் முடிவை கட்டுரை ஆசிரியர் இப்படி சுருங்க உரைக்கிறார்: "கதை-யில் ஒரு செயற்கூறு மற்ற செயற்கூறுக்குத் தானாகவே இயங்கிச்செல்கிறது. ஒவ்வொரு செயற்கூறும் இரண்டு மாற்றுக்கூறுகளையும் இரண்டு திசைகளையும் தொடங்கிவைக்கின்றன. இதன் தொடர்ச்சியாக கதை உருவாக்கம் நிகழ்கிறது."

விளாடிமிரைத் தொடர்ந்து அவர் வழியில் கதை நிகழ்வுகளில் ஆய்வினை மேற்கொண்டவர் பிரெஞ்சு மொழியியல் அறிஞர் குளோது பிரேமோன் (Claude Bremond): " எல்லா வரிசைமுறைகளும் வளர்கின்றன அல்லது கெட்டுவிடு-கின்றன" "ஒரு வளர் நிலையிலான வரிசைமுறை பற்றா குறையினாலோ அல்லது சமநிலை இன்மையினாலோ தொடங்குகிறது.

இறுதியாக பேராசிரியர் இக்கட்டுரையில் (கதையும் நிகழ்ச்சியும்) "ஒரு தெளி-வான முறையியலை இதுவரை அமைக்க முடியவில்லை " என முடிக்கிறார். பிறதுறையில் வேண்டுமானால் எடுத்துரைப்பு நிகழ்வினைப்பற்றிய ஆய்வுகள் ஒரு தெளிந்த முடிவினைக்கொடுத்திருக்க வாய்ப்புண்டு. (இதுவரை பிற துறைகளை, ஆய்வுக்கு மொழியியல் அறிஞர்கள் அதிகம் எடுத்துக்கொண்டதற்கான ஆதாரங்-கள் இல்லை) கதை சார்ந்த தளத்தில் அதற்கான வாய்ப்புகள் குறைவுதான். கார-ணம் இக்கட்டுரையின் இடையில் சொல்லப்பட்டதுபோல கதைசொல்லும் பிரபஞ்ச நிருவாகத்தில் இருவகையான சட்டங்கள் இருப்பது எந்த அளவிற்கு உண்மையோ அந்த அளவிற்கு உண்மை அவை புரியாததும் புதிருக்குரியதுமான மொழியில் சொல்லப் பட்டுக்கொண்டிருப்பதும்.

6

கதைமாந்தர்கள்

பேராசிரியர் க.பஞ்சாங்கத்தின் எடுத்துரைப்பியல் கட்டுரைகளில் "கதையும் கதை-மாந்தர்களும் - கதை மாந்தர்கள் உருவாக்கமும்" ஆகியவற்றைப்பற்றி இப்பகு-தியில் காண்போம். இத்தொடரை எழுத பேராசிரியர் எடுத்துக்கொண்ட கடுமை-யான முயற்சிகள் இப்பகுதியிலும் பிரதிபலிக்கின்றன. பிற துறைகளைப்போலவே மொழித்துறையிலும் இலக்கியத்திலும் மேற்கத்தியர்கள் ஓடிக்கொண்டிருக்க நாம் நொண்டிக்கொண்டிருக்கிறோம். ஓடிக்கொண்டிருக்கிறவர்கள் இடறி விழமாட்டார்-கள் என்பதென்ன நிச்சயம்? கதைமாந்தர்களைப் பற்றிய பார்வைகளில் குறையி-ருக்கலாம். ஆனாலும் நொண்டுபவனைக் காட்டிலும் ஓடுபவன் கூடுதல் தூரத்தில் இருக்கிறான். எல்லையைத் தொட்டு மீண்டும் ஓடுகிறான். அதன் தொடர்ச்சிதான் எடுத்துரைப்பு குறித்த ஆய்வு முடிவுகள், எதிர்வினைகள். நவீன கதையாடல்கள் - (குறிப்பாக மேற்கத்திய நாடுகளில்) அவர்களின் கருத்தியங்களுக்கு வலு சேர்க்-கின்ற வகையில் இன்றிருப்பதும் அதற்குக் காரணம்.

1. கதையும் கதைமாந்தர்களும்

எப்பொழுது கதையென்று ஒன்றை சொல்லநினைத்தோமோ அப்பொழுதே கதை மாந்தர்கள் இடம்பெற்றுவிட்டார்கள். ஒரு சம்பவத்தை விவரிப்பதற்கு ஒரு மையப்பொருள் தேவையாகிறது அப்பொருள்சார்ந்த நடவடிக்கைகள் தேவையா-கின்றன. கதை மாந்தர்கள் நடவடிக்கைகளே கதையை ஆரம்பிக்கவும், முன்-னெடுத்து செல்லவும், முடித்துவைக்கவும் உதவுகின்றன. அந் நடவடிக்கைகளைக்-கொண்டு கதைமாந்தர்களைப் பற்றிய சித்திரம் நமக்குக் கிடைக்கிறது. அவர்கள் நல்லவர் அல்லது கெட்டவர் என கடந்த காலத்தில் (தொன்ம இலக்கியங்களில்) உறுதிபடவும், தற்போதைக்கு (நவீன இலக்கியத்தில்) இவை இரண்டுமான தெளி-வற்றதாகவும் அப்புரிதல் இருக்கிறது. க.பஞ்சாங்கத்தின் கதைமாந்தர்களைப்பற்றிய கட்டுரையின் சாரத்தை விளங்கிக்கொள்வதற்கு முன்பாக கதை மாந்தர்கள் ஏன்?

நேற்றைய கதை மாந்தர்கள் யார்? பனுவலில் அவர்களுக்கான இடமென்ன? இன்-
றைய கதை மாந்தர்கள் யார்? பனுவலில் அவர்கள் இன்னமும் முக்கியம் பெறு-
கின்றனரா? என்பதைக்குறித்த குறைந்த பட்ச புரிதல் நமக்கு கட்டாயமாகிறது.

ஒரு பெருங்கதையோ, சிறுகதையோ; பண்டைய காவியமோ அல்லது நவீன
இலக்கியமோ எதுவாயினும் 'கதை மாந்தர்கள்' எனப்படுவோர் மனித உயிர்கள்.
அல்லது விலங்காக, பொருளாக இருப்பினும் கதையின் நகர்வுக்கு முக்கியப்-
பங்கினை அளிப்பவர்கள். வாசகர்கள் அவர்களை அடையாளப்படுத்த முடியும்.
புதினத்தை வாசிக்கிறபோது திரும்பத் திரும்ப இடம்பெறுகிற பெயர்கள், வாசித்து
முடித்த பின்பு அக்கதையோடு தொடடர்புபடுத்திச் சொல்ல முடிகிற பெயர்களைக்
'கதை மாந்தர்கள்' எனக் கூறலாம். அவர்களை அடையாளப்படுத்த பெயர், வயது,
பாலினம், சமூகப் பின்புலம், அவர்களின் கட,ந்த காலம், தற்போதைய நிலை
போன்ற தகவல்கள் கதையிலிருந்து கிடக்கின்றன. இத்தகவல்கள் அம்மனிதர்க-
ளின் புற அக கட்டமைப்பை வடிவமைக்கின்றன. அடுத்து நீங்கள் நாவலை சிறிது
கவனமெடுத்து வாசிப்பவரெனில் இத்தகவல்களை படைப்பாளிகள் இருவகையில்
தருகின்றார்கள் என்பதைப் புரிந்துகொண்டிருப்பீர்கள்:

நேர்முகச் சித்திரம்: இங்கே படைப்பாளி கதை மாந்தரின் உடற் தோற்றம்
மற்றும் உளம் சார்ந்த கூறுகளுக்கு முடிந்தவரை ஓர் முழுமையான வடிவத்தை
அளிக்கிறார். இத்தகவல்களை அவர் ஒரு கதைசொல்லியைக்கொண்டோ அல்லது
அதே கதைமாந்தரைக்கொண்டோ அல்லது வேறொரு கதைமாந்தர் மூலமாகவோ
தெரிவிப்பது வழக்கம்.

மறைமுகச் சித்திரம்: இங்கே சம்பந்தப்பட்ட கதைமாந்தரின் பேச்சுகள், செயல்-
பாடுகள், அவரது வாழ்க்கையின் ஒரு கண நேர காட்சிகள் கதை மாந்தர் யார்
என்பதை கோடிட்டுக் காட்டும். இங்கு வாசகன் ஆற்றலை படைப்பாளி வேண்-
டுகிறார். முதற் சித்திரத்தைப்போலன்றி இங்கே படைப்பாளியின் எண்ணத்திற்கு
மாறான ஒரு கற்பனை வடிவத்தை வாசகர் கட்டமைக்க இது பெரிதும் உதவுகிறது.

பொதுவாக கதை மாந்தர்கள் இருவகைப்படுபர். முக்கிய பாத்திரங்கள் துணை
பாத்திரங்களென அவர்களின் பங்களிப்பினைவைத்து அடையாளப்படுத்தமுடியும்.
அடுத்ததாக செயல்களின் அடிப்படையில் கதைமாந்தர்கள் மதிப்பிடப்படுவதால்
பிரெஞ்சில் 'actant ' என்ற சொல் முக்கியத்துவம் பெறுகிறது, ஆங்கிலத்தில்
'agent' என்ற பொருளில். அதாவது 'செயலர்' என்று தமிழில் பொருள் கொள்-
எலாம். ஆனால் இந்த செயல்கள் கொண்டு தொன்ம இலக்கியங்களில் நடை-
பெற்றதுபோல கதைமாந்தர்களை இன்றும் தீர்மானிக்க முடியுமா என்று கேள்வி.
இன்று பிரெஞ்சில் மரபான முறையில் சொல்லப்பட்ட ஒற்றைகுணங்கொண்ட
(personnage monolithique அல்லது manichéen) கதைமாந்தர் இல்லை.
இன்றைய கதைநாயகன் எதிர் நாயகப் பண்பையும் கொண்டவன். திட்டவட்டமாக

அவனை நல்லவன் அல்லது கெட்டவன் எனத் தீர்மானிக்கமுடியாது.

"தற்கால அழகியல் கோட்பாட்டில் கதையில் வரும் நிகழ்ச்சிகளைப்பற்றியும், அந்நிகழ்ச்சிகளுக்கு இடையேயுள்ள தொடர்புகளைப்பற்றியும் குறிப்பிடத்தக்க அளவிற்கு ஆராய்ச்சிகள் நிகழ்த்தப்பட்டுள்ளன. ஆனால் அந்த அளவிற்கு கதை-மாந்தர்களைப்பற்றிய ஆராய்ச்சி இல்லை. எனவே தற்கால அழகியல் கோட்-பாட்டில் கதை மாந்தர்களைப்பற்றிய கோட்பாட்டை உருவாக்குவது என்பது இன்-னும் சவாலாகவே தொடர்கிறது. எனவே இந்த இயலில் இது ஏன் அவ்வாறு நிகழ்கிறது? என்பதையும் ஒரளவு சுட்டிக்காட்ட முயற்சி மேற்கொள்ளப்படுகிறது." (ந.இ.கோ. பக்கம் 164) என்கிறார் பேராசிரியர்.

கட்டுரையின் தொடக்கத்திலேயே கதைமாந்தர்கள் எங்கனம் நமது சமூகத்தில் சாகாவரம் பெற்றிருக்கின்றனர் என்பதை இரண்டு உதாரணங்கள் மூலம் காட்டுகி-றார். முதலாவது, ஒரு திரைப்பட உரையாடல்:

"பத்தினிபெண்ணுக்கு உதாரணமாக ரெண்டுபேரக்கூறு"

கண்ணகி நளாயினி,

"ஏன் ஓங்க அம்மாவும் ஓம் பொண்டாட்டியும் பத்தினியில்லியா"

அடுத்து வரும் உதாரணத்தில் இடைக்கால புலவன் ஒருவன், படைப்புக் கடவு-ளாகக் கருதப்படும் பிரம்மாவிற்கே சவால் விடுகிறான், "பிரம்மா! நீ படைத்துவிடும் உயிர்கள் பட்டுவிடும்; அழிந்துவிடும்; ஆனால் நாங்கள் உருவாக்கிவிட்ட கதை மாந்தர்கள் என்றும் அழிவதில்லை; உனக்குத் தெரியுமா?" என்று அப்புலவன் கேட்பதாகச் சொல்கிறார். இதனைத் தொடர்ந்து, "இந்த அளவிற்கு மொழியா-லான இலக்கியமெனும் புனைவுலகில் கதை மாந்தர்கள் உருவாகி மானுட வாழ்-வின் ஊடே சாகாமல் வாழ்ந்துகொண்டிருப்பது மட்டுமல்லாமல் அவர்களை இயக்-கிக்கொண்டும் இருக்கிறார்கள்; அத்தகைய கதைமாந்தர்களை நவீனத் திறனாய்வு கேள்விக்கு உட்படுத்துகிறது." என்று முடிக்கிறார்.

கட்டுரை ஆசிரியரின் மனநிலையைப் புரிந்துகொள்ள முடிகிறது. இந்த மனநி-லையில் நவீனத் திறனாய்வாளர்களின் கேள்விகள் சங்கடப்படுத்தவே செய்யும். நவீன இலக்கியங்களின் அடிப்படையில், மொழியியல் வல்லுனர்களின் கதைமாந்-தர்களைப்பற்றிய கருத்தாக்கங்களைப் பகிர்ந்துகொள்கிற க.பஞ்சாங்கம், அவரும் ஒரு திறனாய்வாளர் என்றவகையில் சில நியாயமான கேள்விகளையும் எழுப்புகி-றார். மேற்கத்திய ஆய்வாளர்கள் என்ன சொல்கிறார்கள்? அதன் அடிப்படையில் பேராசிரியர் எழுப்பும் கேள்விகளென்ன என்று பார்ப்போம்.

கதை மாந்தரின் மரணம்:

ரொலான் பர்த், டி.எச். லாரன்ஸ், வெர்ஜினா வுல்ப், ஹெலென் சிக்சு மற்றும் கல்லர் ஆகியோரின் கருத்துக்களை க.பஞ்சாங்கம் எடுத்தாண்டிருக்கிறார்.

"தற்கால நாவல்களில் சிறிது சிறிதாக மறைகின்றது என்னவென்றால், நாவ-லுக்கேயுரியனவாக உருவான புதிய புதிய கூறுகள் அல்ல; மாறாக அதன் கதை மாந்தர்கள் தாம்; கதை மாந்தர்களின் பெயர்கள் தாம்" - பர்த் (ந.இ.கோ. பக்கம் 164).

"தான் என்பது எப்பொழுதும் ஒன்றுக்கு மேற்பட்டதாக இருக்கிறது; பன்மு-கப்பட்டதாகப் பிரிந்து போகும் படியாக இருக்கிறது; ஒரு கட்டத்தில் சமூகத்தில் இருக்கும் எல்லாமுமாகவும் வாழ்கிற திறமை மிக்கதாகவும் இருக்கிறது; ஒரு குழு-வாக இயங்குகின்ற தன்மையுடையதாகவும் இருக்கிறது" - ஹெரெலென் சிக்சு.

"தனி மனிதனைப் புறந்தள்ளி மீறுகின்ற புதிய மரபிற்கு அழுத்தம் கொடுக்-கும்போது புதிதாக ஒரு தளம் உருவாகின்றது. இந்தத் தளத்தில் தனிமனிதனின் சாரத்தைவிட நிகழ்ச்சிகளும் அதன் ஆற்றல்களும் ஒன்றிணைகின்றன. இந்த ஒன்-றிணைவு, நாவலில் வெற்றிகரமான உயிருள்ள கதைமாந்தர்களென்றும், இக்கதை மாந்தர்கள் முழுமையாகத் தனித்து இயங்குபவர்கள் என்றும், கதைமாந்தர்களுக்கு முக்கியத்துவம் கொடுக்கப்படும் மரபார்ந்த நடைமுறைகோட்பாடுகளை எல்லாம் மறுத்து விடுகிறது. இந்நிலையில் அமைப்பியல் வாதிகளின் பார்வையில் கதை-மாந்தர்கள் பற்றிய கோட்பாடு என்பது வெறுமனே ஒரு புராணம்தான் எனக் கரு-தப்படுகிறது. -கல்லர் (Culler)

கதைமாந்தர் இறப்புகுறித்து க.பஞ்சாங்கம் எழுப்பும் கேள்வி:

"மேலே கூறியபடி கதைமாந்தர் என்பவர் இறந்துவிட்டாரா? இந்தப்புதிய அணுகுமுறை எல்லாவற்றையும் ஒட்டுமொத்தமாக இல்லாமல் ஆக்கிவிட்டதா? அல்லது கதைமாந்தர்கள் பற்றிய மரபார்ந்த சில கோட்பாடுகளைமட்டும் கவசம் அகற்றுவதுமாதிரி அகற்றிக் காட்டுகிறதா? இந்தப் புதியகோட்பாடுகளை முன்-வைத்து ஏற்கனவே ஏற்றுக்கொள்ளபட்ட சிலகதைமாந்தர்களை விட்டுவிடவேண்-டியதுதானா ? சான்றாக இளங்கோ அடிகளின் கண்ணகி என்ற கதைமாந்தர் வெறுமனே சில வார்த்தை வெளிப்பாடுதானா? ..... தற்கால புனைகதைகளில் கதைமாந்தர் இறந்துவிட்டார் என்பதை ஒத்துக்கொண்டாலும், பின்னோக்கி நகர்ந்து பார்க்கும்போது சென்ற நூற்றாண்டு இலக்கியங்களில் வந்துபோகும் கதை மாந்தர்-களை என்ன செய்வது? கோவலன், கண்ணகி, மாதவி, மணிமேகலை...குசேலர், கண்ணன் முதலிய கதை மாந்தர்களை கொன்று விடமுடியுமா? "

திறனாய்வாளரான நண்பருக்குள்ள கேள்விகள் நமக்கும் எழக்கூடியதுதான். முதலில் திறனாய்வாளர்கள் கண்டறிகிற உண்மைகளை அல்லது அவர்களின் ஆய்வு முடிவுகளை அப்படியே ஏற்றுக்கொண்டதாக வரலாறு இருக்கிறதா? ரொலான் பர்த் பிறந்த நாட்டிலேகூட இன்னமும் நேற்றைய கதைமாந்தர்கள் பலர் உயிர்ப்புடன்தான் உலவுகிறார்கள். பத்தாண்டுகள் கழிந்த பிறகுங்கூட தமிழகத்தைச் சேர்ந்த ஆண்களை அழைத்து "பத்தினிப் பெண்ணுக்கு உதாரணமாக இரண்-

டுபேரக்கூறு!" எனக்கேட்டால் "கண்ணகி நளாயினி" என்றுதான் பதில் வரும். திறனாய்வாளர்களின் முடிவின் காரணமாக இப்பெயர்கள் தங்கள் செல்வாக்கை இழந்துவிடாது. ஆனால் அதே வேளை இன்றைய படைப்பாளிக்கு ஒரு "கண்ண-கியையோ நளாயினியையோ" அல்லது பேராசிரியர் சொல்வதைப்போல இராமன் சீதை வரிசையில் கதைமாந்தர்களை உருவாக்கவும் இயலாது. கடந்த காலத்தில் சமயங்களின் பின் புலத்தில் எழுதப்பட்டவை அநேகம். எனவே கதைமாந்தர்-கள் அவதாரப் புருஷர்கள் அல்லது அசாதரணமனிதர்கள். அவர்கள் தெய்-வப்பிறவிகள் அல்லது அபூர்வ மனிதர்கள். நம்மில் ஒருவரல்ல என்ற எண்-ணம் சமூகத்திற்கு இருந்தது. அவர்கள் ராமனாக இருப்பார்கள் இல்லையெனில் இராவணனாக இருப்பார்கள். சீதையாக இருப்பார்கள் அல்லது சூர்ப்பனகையாக இருப்பார்கள்.கோவலன் கண்ணகியைப் பிரிகிற தவறு நிகழ்ந்தாலும் அது கோவ-லன் குற்றமன்று முன்வினைப்பயன். இன்றைய படைப்பாளிகள் அப்படி எழுதமு-டியாது. அசாதரண மனிதர்கள் இன்றில்லை. படைத்தாலும் நம்பத் தயாரில்லை. இன்று எவனையும் தருமன் அரிச்சந்திரன் என்று சொல்லிக்கொண்டிருக்கமுடி-யாது. ஹெலென் சிக்சு கூறுவதைப்போல இன்று 'தான் என்பது ஒன்றுக்கு மேற்-பட்டதாக இருக்கிறது; ஒரு கட்டத்தில் எல்லாமுமாககவும் வாழ்கிறத் திறமை மிக்கதாகவும் இருக்கிறது. ஆக நவீன இலக்கிய திறனாய்வாளர்களின் கருத்தாக்-கத்தில் உண்மை இல்லாமலில்லை.

கதை மாந்தர்களின் இருப்புமுறை : இரண்டு சிக்கல் – உயிருள்ள மக்களா அல்லது வார்த்தைகளா?

இப்பகுதியில் மேற்கண்ட கேள்விக்கு எதார்த்தவாதிகள் குறியீட்டாளர்கள் இரு தரப்பினர் கருத்துக்களையும் முன்னிறுத்தி கட்டுரை ஆசிரியர் தமது கருத்தைப் பகிர்ந்துகொள்கிறார்.

"......கதைபாத்திரத்தின் இருப்பை வலியுறுத்தும் எதார்த்தவாதிகள் தங்கள் விவாதத்தை இப்படி முன்வைக்கின்றனர்; அதாவது கதையின் செயல்பாட்டின் போக்கில் கதைப் பாத்திரங்கள் உருவாகி விடுகின்றன என வலியுறுத்துகின்றனர். நிகழ்ச்சிகளிலிருந்து கதைபாத்திரம் ஒரு விதமான சுதந்திரமான நிலைபாட்டினை மேற்கொள்கின்றது. எனவே சூழலிலிருந்து கொஞ்சம் விலகி நின்று கதை பாத்தி-ரங்களைப் பற்றி விவாதிக்க இடம் இருக்கிறது". -மார்வின் முட்ரிக்

"குறியியல் திறனாய்வாளர் பார்வையில், கதைபாத்திரங்கள் தங்களுக்கான முக்கியத்துவத்தையும் தாங்களே மையமென்ற தகுதியையும், தங்களைப்பற்றிய மரபார்ந்த வரைமுறைகளையும் இழந்து விடுகின்றன. இவ்வாறு இழந்துவிடுவது என்பது கதைமாந்தர்களைச் சடப் பொருளாக உருமாற்றம் செய்துவிடுகிறது என்-பதல்ல பொருள்; ....உண்மையில் கதைமாந்தர்கள் பனுவலாக்கப்படுகிறார்கள் என்பதுதான். ஒரு முடிவற்ற பனுவலின் இடைப்பட்ட ஒரு பகுதியாக இருக்கும்

கதைபாத்திரங்கள் பெரும்பாலும் திரும்பத் திரும்ப வரும் அமைப்புகளாகவும் தொடர்ந்து மற்ற தலைமை கருத்துகளோடு இணைந்து பனுவலுக்கான சூழ்நிலை-களை மறுருவாக்கம் செய்துகொள்ளும் திறம் வாய்ந்ததாகவும் விளங்குகின்றன. இவ்வாறு குறியியல் திறனாய்வாளரின் பார்வையில், கதை மாந்தர்கள் பனுவலுக்-குள் கரைந்துவிடுகிறார்கள்." -வீன்ஸீமர்

மேற்கண்ட இருதரப்பு கருத்துகள் குறித்து கட்டுரை ஆசிரியர் என்ன சொல்-கிறார்:

"போலசெய்தல் கொள்கையில்(இப்போலச் செய்தல் கொள்கை, இலக்கியம் என்பது ஏதாவது ஒரு கோணத்தில் எதார்த்தத்தைப்போலச் செய்வது எனக் கரு-துகிறது) கதைமாந்தர்கள் உயிருள்ள மக்களுக்கு இணையாக வைக்கப்படுகின்-றனர். ஆனால் குறியியல் கொள்கையில் கதை மாந்தர்கள் பனுவல் உருவாக்கத்-திற்குள் கரைந்து விடுகின்றனர். இவ்வாறு இரண்டு அணுகுமுறைகளும் இரண்டு வேறுபட்ட கோணங்களிலிருந்து அணுகினாலும் சிறப்பாக புனைகதைகளுக்கேயுரிய கதைமாந்தர்களின் தனித் தன்மையினை ஒழித்துக்கட்டிவிடுகின்றன. இந்நிலையில் கதைமாந்தர்கள் பற்றிய ஆய்வினைக் கைவிட்டுவிட வேண்டியதுதானா? கைவிட-முடியாது என்றால் இரண்டு அணுகுமுறைகளையும் தள்ளிவிடவேண்டியதுதானா? அல்லது வேறொரு புதிய அணுகுமுறையைத் தேடிச் செல்வதா? அந்தப் புதிய அணுகுமுறை எதிரெதிராக இருக்கும் இந்த இரண்டு அணுகுமுறைகளுக்கு நடுவே இருந்து தோன்றிக் கதைமாந்தர்களுக்குரிய இடத்தை அங்கீகரிக்குமா? இவ்வாறு ஒரே நேரத்தில் கதை மாந்தர்களை உயிருள்ள மனிதர்களாகவும்(முதல் அணுகு-முறை), அமைப்பின் ஒரு கூறாகவும்(இரண்டாவது அணுகுமுறை) காண்பது சாத்-தியம் தானா?" எனக்கேட்டு சாத்தியம்தான் என்கிற ஆசிரியர் (க.பஞ்சாங்கம்). அப்பதிலை சாட்மன் என்பவர் கூற்றோடு உறுதிபடுத்துகிறார்.

இரண்டு தரப்பு வாதமும் சரியானவை அல்லது தவறானவை. எழுத்தென்பதே கற்பனை என்பதைக் கடந்து படைப்பாளியின் சுயசரிதையாக, சொந்த வாழ்க்கை-யாக அல்லது அவனது வாழ்க்கை அனுபவமாக உள்ள இன்றைய படைப்புலக கதைமாந்தர்களை மையப்பொருளாகக் கருதும் சூழலே நிலவுகிறது. ஆனால் புனைவு என்ற சொல் காரணமாக அது குறியீடுகளால் நிரப்பப்படுகிறதென்பதும் உண்மை, எனவே பனுவலின் ஒரு பகுதியாக கரைந்துவிடும் அபாயமும் உள்ளது. பொதுவில் ஒன்றிரண்டு திறனாய்வாளர்கள் தங்கள் நுண்ணறிவினால் முன்வைக்-கிற கருத்துகள் வாசகர்ப் பெருங்கடலில் கரைத்த பெருங்காயம். கதை மாந்தர்க-ளில் தன்னை இனம் காணும் சராசரி வாசகர் மனப்பாங்கினை (இது குறித்தும் விமர்சனங்களுண்டு) அத்தனை எளிதாக ஒதுக்கிவிடமுடியாது.

இருத்தல் அல்லது செய்தல்:-

இக்கட்டுரையின் தொடக்கத்தில் கதைமாந்தர்களை செயலர்கள் என வர்-
ணிக்கப்படுகிறார்கள் எனக் கூறியிருந்தேன். அவர்களை அவ்வாறு செயலுக்குள்
அடக்குவது சரிதானா? என்ற மற்றொரு கேள்வி இங்கே எழுப்பப்படுகிறது. பிராப்
என்பவரின் கருத்துப்படி கதைமாந்தர்களை ஏழு செயல்களின் கீழ் அடக்கமுடி-
யுமென்றும், மாறாக கிரேமாஸ் என்பவரின் கூற்றுப்படி செயல் எண்ணிக்கை-
யில் அடங்காததென்றும், செயலர் ஆறுவகைப்படுவர் எனவும் அறிகிறோம். சில
அமைப்பியல்வாதிகள் செயல்பாட்டிற்கும் கதைமாந்தர்களுக்கும் இடையிலான படி-
நிலையைத் தலைகீழாக மாற்றுவதற்கான வாய்ப்புகளைபற்றியும் சிந்தித்துள்ளனர்
என்கிற தகவலும் கிடைக்கிறது. இங்கே ●பெரெரே என்பவரின் கூற்று முக்கியமா-
னது:

"புனைகதையில் கதைமாந்தர்கள் அமைப்பியல் கூறுகளாகப் பயன்படுத்தப்ப-
டுகின்றனர். புனைகதையில் பேசப்படும் பொருளும், நிகழ்ச்சிகளும் ஒரு முறை-
யிலோ அல்லது பல்வேறு முறையிலோ எடுத்துரைப்பில் நிலைகொண்டிருக்கின்றன
என்றால் அதற்குக் காரணம் கதைமாந்தர்களே. உண்மையில் கதைமாந்தர்களோடு
மேற்கண்டவைகள் உறவுகொள்ளும்போதுதான் எடுத்துரைப்பினை அர்த்தமுள்ள-
தாகவும், புரிந்து கொள்ளத்தக்கதாகவும் ஆக்குகிற ஒத்திசைவுப் பண்பும், நம்பகத்-
தன்மையும் பனுவலுக்கு ஏற்படுகிறது"- (ந.இ.கோ. பக்கம் 173)

நிகழ்ச்சியா கதைமாந்தரா? இவ்விவாதமும் நெடுநாளாக எழுப்பப்ட்டுவருகிற
ஒன்று. கட்டுரை ஆசிரியர் சிறப்பனதொரு பதிலை அளித்திருக்கிறார்.

"எடுத்துரைப்பில் இந்த இரண்டில் ஒன்றை முழுமையாக முதன்மைபடுத்திப்
பேசுவதைவிட எடுத்துரைப்பின் பல்வேறுவகைகளுக்கு ஏற்ப இவைகளில் ஏதோ
ஒன்று ஒப்பீட்டளவில் ஓர் எடுத்துரைப்பில் முதன்மை இடத்திலும், மற்றோர் எடுத்-
துரைப்பில் இரண்டாவது இடத்திலும் மாறிமாறி இயக்கம் கொள்ளுகின்றன எனக்
கருதுவது பொருத்தமாகப் படுகிறது. "

கதைமாந்தர்கள் உயிருள்ள மக்களா? அல்லது வெறும் சொற்களா? என்று
தீர்மானிக்கிற பொறுப்பை வாசகர்களிடம் ஒப்படைக்கலாம் என இதற்குமுன்பாகத்
தெரிவித்ததைப்போல செயல்பாடா கதைமாந்தரா யாரை மையப்படுத்துவது, அல்-
லது யாருக்கு முக்கியத்துவம் கொடுப்பது என்ற கேள்விக்கு கட்டுரை ஆசிரியர் "
வாசகர்களின் பார்வையில் இந்த விவாதத்தை அணுகும்போது நடுநிலையான ஒரு
அணுகுமுறையே பொருத்தமெனப்படுகிறது" (ந.இ.கோ. பக்கம் 175) என்கிறார்.

பனுவலுக்குள் இருந்து எவ்வாறு கதைமாந்தர்கள் மறுவுருவாக்கம் செய்யப்படு-
கிறார்கள்

"வாசித்தல் என்பது பெயர் சூட்டுவதற்கான ஒரு போராட்டமே. பனுவலிடைய
எழுவாயைக் குறியீட்டுப்பொருளாக உருமாற்றம் செய்வதற்கான ஒரு போராட்டமே.
இந்த உருமாற்ற செயல்பாடு ஒழுங்கற்றது; பல தவறுடையது; வேறுபட்ட பல

பெயர்களுக்கு நடுவே எந்தப் பெயரைக்கொள்வது என்று பல தடுமாற்றம் உடை-
யது" -என்ற சாட்மனின் கூற்றோடு இப்பகுதி தொடங்குகிறது.

இக்கூற்றும் இதைத் தொடர்ந்து வைக்கப்படும் விவாதமும் நவீன இலக்கியத்-
திற்குங்கூட ஓரளவிற்குத்தான் பொருந்தும். இத்தலைப்பின் தொடக்கத்தில் இன்-
றைய கதைமாந்தர் தனிப்பண்பு அல்லது ஒற்றைகுணம் கொண்டவரல்ல என்-
பதைக் கண்டோம். அவ்வாறே கூற்றில் இடம்பெறும் 'வாசித்தல்' என்ற சொல்
வாசிக்கிற காரியத்தில் ஈடுபடும் எவருக்கும் பொருந்தும். படைப்பாளியும் ஒரு-
வகையில் தனது படைப்பை தனக்குத்தானே வாசித்தலாகவும் பொருள்கொள்ள-
லாம். ஒரு படைப்பாளி படைப்பில் கதைமாந்தருக்குப் பெயர்சூட்டுவது வாசகனுக்கு
உதவ அதாவது வாசிப்பு சௌகரியத்தை ஏற்படுத்தித்தர. "கதைமாந்தர்களுக்குப்
பெயரிடுதல் என்பதானது ஆளுமையின் தனிக்குணத்திற்குப் பெயர் சூட்டுதலாகும்"
என்கிற சாட்மனுக்கு, தனிக்குணங்களே எடுத்துரைப்பு அடைகள் (adjectives)
எனத் தெரியவருகிறது. அதற்கு உதாரணமாக நமது காப்பியங்கள், இதிகாசங்களி-
லிருந்து 'கண்ணகி கற்புக்கரசி'; 'கர்ணன் கொடைவள்ளல்'; 'கூனி சூழ்ச்சிக்காரி'
போன்ற தனிமாந்தர்கள் உருவானதை ஆசிரியர் சுட்டிக்காட்டுகிறார். இவையெல்-
லாமே தொன்ம கதைசொல்லலில் வருவன. நவீன இலக்கியங்களில் தனிப்பண்பு-
டைய கதைமாந்தர் இல்லையென்பது அறியத்தக்கது. "கதைமாந்தர் என்பது பனு-
வலின் ஒரு கூறு என்ற நிலையிலிருந்து கருத்தியல் சார்ந்த ஒரு தனிக்குணமென
எப்பொழுதும் நடப்பதில்லை" என்ற கட்டுரை ஆசியரின் கூற்று இங்கே கவனிக்-
கத்தக்கது.

பார்ஸ்டர் கதை மாந்தர் விளக்கம்

அடுத்ததாக பார்ஸ்டர் மற்று ஈவன் ஆகியோரின் கதைமாந்தர்பற்றிய விளக்-
கங்கள் இடம்பெறுகின்றன.இவற்றைப்பற்றி பெரிதாகச்சொல்ல ஒன்றுமில்லை என்-
பதால் நண்பர்களுக்குத் தகவல்களாக அவற்றைத் தந்திருக்கிறேன்.

கதைமாந்தர்கள் ஒருகதையில் திரும்பத் திரும்ப வருகிறவர்கள் அல்லது அடிக்கடி
பனுவலில் குறுக்கிடும் பெயர்கள். பனுவலில் இடம்பெறும் பல்வேறுபட்ட கதை-
மாந்தர்களை பார்ஸ்டர் இருவகையாக பிரித்திருப்பதையும் அதற்கான காரணத்-
தையும் கட்டுரை ஆசிரியர் விவரிக்கிறார்,

அவை 1. வளரும் கதைமாந்தர் 2. வளராக் கதைமாந்தர்.

1.வளராக் கதைமாந்தர்கள்: கேலி, கிண்டல் நையாண்டிகுணத்துக்குச் சொந்-
தக்காரர்கள் இம்மாந்தரின் தூய்மையான வடிவம் ஒரு தனிப்பட்ட கருத்து அல்லது
பண்பை படைக்கிறபோது வெளிப்படுமாம். தவிர இக்கதைமாந்தரை ஒரேயொரு
வாக்கியத்தில் விளக்கிடமுடியுமாம். கதையின் போக்கில் வளர்ச்சி அடையா
கதைமாந்தர்கள் இவர்கள் என்கிறார் ஆசிரியர். இகதைமாந்தர்களின் செயல்பரப்பு

குறுகிய எல்லையைக் கொண்டிருப்பதும், வளர்ச்சியின்மையும், அவர்களை நம்மால் எளிதாக நினைவில் நிறுத்த முடியும் என்கிறார்கள்.

2. வளரும் கதை மாந்தர்கள்: மேற்கண்ட பண்பிற்கு எதிரானவர்கள். ஒன்றுக்கு மேற்பட்ட பண்புகளைக் கொண்டிருப்பவர்கள். கதைப்போக்கில் வளர்ச்சி அடைபவர்களாகவும் விளங்குவார்கள்.

பார்ஸ்டருடைய கதைமாந்தரில் உள்ள குறைகளையும் ஆசிரியர் சுட்டத் தவறவில்லை:

முதலதாக பார்ஸ்டர் பயன்படுத்தும் வளரா என்ற சொல் கதைமாந்தர்களிடம் ஆழமுமில்லை, உயிரோட்டமுமில்லை எனக் கருத்தை வைக்கிறது ஆனால் பார்ஸ்டரின் கூற்றுக்கு மாறாக டிக்கன்ஸனுடைய பல நாவல்களில் வளரா கதைமாந்தர்கள் பெரிதும் உயிரோட்டம் உடையவர்களாகவும் ஆழம்மிக்கவர்களாகவும் விளங்கிறார்கள் என்கிறார் கட்டுரை ஆசிரியர்.

இரண்டாவதாக வளரும் கதை மாந்தர் வளராக் கதைமாந்தர் எனப்பிரிப்பதால் கதைமாந்தர் பற்றிய சிக்கல்கள் பெரிதும் எளிமைபடுத்தியதுபோலாகிறது என்கிறார்.

ஈவன் கதை மாந்தர் விளக்கம்:

பார்ஸ்டரின் குறைகளைத் தவிர்க்க ஈவன் இப்புதிய பிரிவினையை கதைமாந்தருக்கு அளித்ததாக தெரியவருகிறது. அவர் இதனை ஒரு தொடர் நிகழ்வாக குறியீடு செய்து வகைமைப் படுத்துகிறார்.

<u>கதைமாந்தர் உருவாக்கம்</u>

"கதைமாந்தர் என்பவர் அருபமான கதைக்குள் இருந்து கட்டமைக்கப்படுகின்ற ஒருவராவார்; இதை மாந்தர்களின் சாயல்களால் பின்னப்படும் வேலைப்பாடு என விளக்கலாம். " என்கிறார் கட்டு"லாசிரியர். அவரது கருத்துப்படி "கதைமாந்தர் உருவாக்கத்திற்கு ப் பயன்படுத்தப்படும் ஒரேவிதமான உத்திகளைப் பல்வேறுபட்ட எழுத்தாளர்கள் பல்வேறுவிதமாகப் பயன்படுத்தக்கூடும். ஒரே எழுத்தாளர் ஒரே உத்தியைத் தன்னுடைய பல்வேறுபட்ட படைப்புகளிலும் பயன்படுத்தக்கூடும். மேலும் சில நேரங்களில் பல்வேறு உத்திகள் பல்வேறுவிதமாகப் பயன்படுத்தப்படலாம்." (பக்.196 ந.இ.கோ)

எடுத்துரைப்பில் இடம் பெறும் மாந்தரை வடிவமைக்க இரண்டு அடிப்படையான பண்புக்கூறுகளை எழுத்தாளர்கள் கடைபிடிப்பதாக அறிகிறோம். முதலாவது நேரடியான பண்பு விளக்கம் இரண்டாவது மறைமுகமாகப் புலப்படுத்துதல். இவை இரண்டிற்கும் பொதுவான நான்கு பண்புகளும் சொல்லப்படுகின்றன.

அ. பெயரைச் சொற்களால் குறிக்கப்படும் தனிக்கூறு: உ.ம். அவன் நல்ல உள்ளம் கொண்டவனாக இருந்தான்.

ஆ. அருபமான பெயற்சொற்களால் கட்டப்படும் பண்புக்கூறு: உ.ம். அவனுடைய நல்ல குணத்திற்கு எல்லையே கிடையாது.

இ. இயலக்கூடிய வேறுவகையான பெயற்சொற்கள் கொண்டு கட்டப்படுவது: உ.ம். அவள் ஒர் உண்மையான சிறுக்கி.

ஈ. ஒருவகையான பேச்சுமுறையிலும் கட்டமைக்கபடும்: உ.ம். அவன் தன்னை மட்டுமே விரும்புகிறவன்.

1. நேரடியான பண்பு விளக்கம்:

இதில் கதைமாந்தரின் பண்புநலன் வெளிப்படையாக சொல்லப்படுகிறது. இதற்கு ஒர் உதாரணத்தையும் கட்டுரை ஆசிரியர் சுட்டிக்காட்டுகிறார்.

"மாதவி என்பவள் பலவிதமான கொள்கைகளையுடைய ஒரு இளம்பெண்ணாக இருந்தாள். அவளுடைய கற்பனை ஆற்றல் என்பது குறிப்பிட்டுக்கூறத்தக்க செயலாக்கம் மிக்கதாக இருந்தது.. அவளுடைய எண்ண ஓட்டங்கள் தெளிவில்லாத முறையில் சிக்கல் வாய்ந்த ஒர் தளத்தில் இயங்குவதாக இருந்தன." ஆனால் இந்த வெளிப்படையான கூறலை முழுமையான வெளிப்படைக்கூறலாக நாம் கருதக்கூடாதென்கிறார். அவர் சொல்லும் காரணம் " கதைமாந்தர்களின் பண்பு நலன்களை அடையாளப்படுத்தும் தன்மை வெளிப்படையாக இருந்தாலுங்கூட 'நேரடியாகபண்பு விளக்கம் பெறுதல்' என்ற வகைக்குள் எப்பொழுது அடங்குமென்றால், பனுவலில் கதைசொல்லியின் எடுத்துரைப்பு அவருக்கே உரிய அதிகாரத் தொனியோடு அமையும் போதுதான்" என்கிறார். மேற்கண்ட கூற்றை கதைசொல்லியைத் தவற வேறு மக்கள் பேசுவதாக வைத்துக்கொண்டால் "இந்த அளவிற்கு கனமும் முக்கியத்துவமும் அமையாது " என்கிறார் நமது திறனாய்வாளர். எனவே 'நேரடியான பண்பு விளக்கம்' என்ற எடுத்துரைப்பு முறையானது " காரண காரியத்திற்கு உட்பட்ட அதிகாரத் தொனியோடு கூடிய நிலையான ஒரு பதிவினைக் கதைமாந்தர் குறித்து உருவாக்கிவிடுகிறது" என்பது அவர் கருத்து. இத்தகைய முறையால் கதைமாந்தர் பற்றிய (கதை சொல்லி வாசகரிடத்தில் உருவாக்கும்) கருத்து இறுதிவரை குறைவதற்கு வாய்ப்பில்லை என்கிறபோதும் திறனாய்வாளர் அதை வலியுத்திச்சொல்ல தயங்குகிறார். காரணம் பனுவலில் அக்கதைமாந்தரின் பண்பை உணர்த்த எழுத்தாளர் கையாளும் பிற உத்திகள் பலவும் அம்மாற்றத்திற்குக் காரணமாகலாம் என்கிறார்.

2. மறைமுகப் புலப்படுத்துதல்

கதைமாந்தரின் பண்பு நலனை தெரிவிக்கும் இரண்டாவது முறை — மறைமுகமாக புலப்படுத்துதல். இதனை விளக்குவதற்கு முன்பாக நாவல் இலக்கியத்தின் தொடக்கத்தில் அதாவது 19ம் நூற்றாண்டின் இறுதிக்கட்டம்வரை கதை மாந்தர்கள் எவ்வாறு சித்தரிக்கப்பட்டனர் என்பதை நினைவுகூறும் பேராசிரியர் "நிகழ்காலத்தில் குறிப்பாக கூறுவதும்; முடிந்த முடிவாக எந்த ஒன்றையும் கூறாமல் விடுவதுதான் சிறந்த முறையெனக் கருதப்படுகிறது" என்கிறார்.

இம்மறைமுகப் புலப்படுத்துதலில் நான்கு வழிமுறைகள் சுட்டிக் காட்டப்படு-
கின்றன: அ. செயல் ஆ. பேச்சு இ.சூழல் ஈ. துணைவலுவாகப் பயன்படும் ஒப்-
புமை.

அ. செயல்

இப்பண்புக்கூறு பனுவலில் கதைமாந்தரின் ஒரு செயல் மூலமாகவோ அல்லது
அடிக்கடி அவர் ஈடுபடும் செயல்களின் மூலமாகவோ கட்டமைக்கப்படும் என்-
கிறார். "ஒரேதடவை நிகழும் செயல், அந்த கதை மாந்தரின் ஆற்றல் மிகு
பண்பினை வெளிக்கொண்டுவந்துவிடும்....பெரும்பாலும் கதை மாந்தரின் மாறாத
நிலையான பண்புக்கூறினை வெளிப்படுத்துகிற போக்கினை உடையதாக அமையும்
" எனவும் "இந்தச் (ஒரு) செயலினால் கூடிவரும் நாடகத் தன்மை பல தடவை
நிகழும் செயல்களைவிட அதிகமாகவும் தரமான முறையிலும் மிக நுட்பமாக
கதைமாந்தரின் பண்பினை வெளிப்படுத்தும் தன்மை கொண்டதாகும்" என்கிறார்.

இச்செயல்கள் மூன்றுவகைப் படுகின்றன.

1. பொறுப்பாக செய்கிற செயல் —— கதை மாந்தரால் நிகழ்த்திக்காட்டப்படும்
ஏதாவது ஒரு செயல்.

2. செயலை செய்யாது விடுதல் —— கதைமாந்தரால் செய்யமுடியும் -ஆனால்
செய்யாதிருத்தல்.

3. ஆச்ந்து சிந்தித்து செய்யும் செயல் —— இது கதை மாந்தரின் உள்நோக்-
கத்தை வெளிப்படுத்தும் செயல்.

இச்செயல்கள் அனைத்தும் கதை மாந்தருக்கு ஒரு குறியீட்டுத்தன்மையை
வழங்குவதாக அறியவருகிறோம்.

ஆ. பேச்சு

பேச்சு என்பது இங்கே மௌனமாகவும் இருக்கலாம். எனவே பேச்சு (உரை-
யாடல் அல்லது மௌனம்) "தனது உள்ளடக்கத்தின் மூலமாகவும் வடிவத்தின்
மூலமாகவும் கதைமாந்தரின் ஒரு பண்புக்கூறினையோ அல்லது பல்வேறு பண்புக்
கூறுகளையோ விள்க்குபவைகளாக அமையும்" என்ற விளக்கம் கிடைக்கிறது

கதைமாந்தர் உருவாக்கத்தில் மறைமுகமாக அவர் பண்பினைக் கட்டமைத்-
தில் செயலைக் காட்டிலும் பேச்சுக்கு முக்கித்துவம் கொடுக்கப்படுகிறது. கதை-
சொல்லலே உரையாடல் சார்ந்தது;அல்லது உரையாடலையே பெரிதும் நம்பி
இருக்கிறது. கதை சொல்லியில் ஆரம்பித்து கதைமாந்தர்கள்வரை சொற்கள் மற்-
றும் தொனியின் துணைகொண்டு பிறமையுடன் உறவாட வேண்டிய நெருக்கடி
எடுத்துரைப்பியலில் உண்டு. எனவே கதைமாந்தர் உருவாக்கத்தில் 'பேச்சு' தனித்து
நிற்கிறது. "கதைமாந்தர்களின் உள்முரண்பாடுகளையும், ஆழத்தில் உறைந்துகி-
டக்கும் படிமங்களையும் அழுத்தமாக வெளிப்படுத்துவதற்கு இந்தப் பேச்சு பெரிய
பங்களிப்பினைச் செய்கிறது" என்கிற கட்டுரை ஆசிரியரின் கருத்தை இங்கே

கோடிட்டுக்காட்டவேண்டும். செயலைக்காட்டிலும், மறைமுகப் புலப்படுத்தலில் 'பேச்சு' முன்னிற்பதற்கு காரணம் ஒரு கதைமாந்தர் மற்றொரு கதைமாந்தரைப் பற்றி பேசும்சந்தர்ப்பம் அமைவதால் கதையில் இடம்பெறும் ஏனைய மாந்தர்களின் பண்பினைத் தீர்மானிக்கவும் 'பேச்சு' வாசகர்களுக்கு உதவுகிறது. இங்கே ஆசிரியர் எழுத்தாளர் கி.ரா.வின் கரிசல் காட்டு கதை மாந்தர்களை புரிந்துகொள்ள 'பேச்சு' எங்கனம் உதவியிருக்கிறதென நினைவுகூர்கிறார்.

மேற்கண்ட செயல் மற்றும் பேச்சு கொண்டு கதை மாந்தர்களை கட்டுகிறபோது சூழல் அல்லது இடம் வெளிப்புற தோற்றங்கள் ஆகிய உண்மைகளும் உதவு- கின்றன எனத் தெரியவருகிறது. இவை இரண்டும் (இடம், வெளிப்புற தோற்றங்- கள்) பாத்திரமயமாக்கலில் அல்லது கதைமாந்தர்களை உருவாக்குவதில் மேலா- திக்கம் செலுத்துவதில்லை என்கிறபோதும், கதைமாந்தர்களின் அலங்கோலமான நிலை அல்லது ஒழுங்கு அவர்கள் புழலும் இடத்தின் தராதரம் ஆகியவை கதை- மாந்தர்களை புரிந்துகொள்ள உதவுகின்றன என்பது உண்மை. வெளிப்புறதோற்- றத்தை சற்று கவனமாக புரிந்துகொள்ளவேண்டுமென்கிறார். ஏனெனில் இதில் ஒரு மனிதனின் இயற்கையான உடல் அமைப்பு (உயரம், நிறம், மூக்கின் நீளம், கண்- கள் அமைப்பு...) இருக்கிறது. பின்னர் அவன் விரும்பி அல்லது விரும்பாமல் அமைத்துக்கொள்கிற சிகை அலங்காரம், உடை அலங்காரங்கள் உள்ளன.

இ. சூழல்

ஒரு கதைமாந்தருக்கு திறனாய்வாளரின் கருத்துப்படி இருவகை சூழல்கள் கட்- டமைக்கப்படுகின்றன. ஒன்று அவரின் உடல் சார்ந்தது — அறை, வீடு, தெரு, நகரம். முதலியன. மற்றது கதை மாந்தரின் சமூகம் சார்ந்தது -குடும்பம், வர்க்- கம், சாதி, மதம், கட்சி. இவைகளை "கதைமாந்தரின் பண்புக்கூறுகளை வெளிப்- படுத்தும் ஆகு பெயர்களாக அடிக்கடிப் பயன்படுத்தப்பட்டுள்ளன" என்பதைக்- கூறி, வெளிப்புறத் தோற்றத்திற்கும் பண்புகூறுகளுக்குமான உறவை காரண காரிய அடிப்படையில் அணுகுவதுபோல சூழலையும் கதைமாந்தர் உறவையும் காரணகா- ரிய அடிப்படையில் அணுகமுடியாதெனச் சொல்லப்படுகிறது

ஈ. துணை வலுவாகப் பயன்படும் ஒப்புமை:

கதைமாந்தர் உருவாக்க வழிமுறைகளில் இது நான்காவதாக இடம் பெறுகிறது "கதை மாந்தர்களை ஒப்புமைபடுத்திப் பேசுவதானது கதைமாந்தர்களின் தனிப் பண்பினை வெளிப்படுத்தப் பயன்படும் ஒன்று என்பதைவிட, பாத்திரமயப் படுத்- துவதற்குத் துணை வலுவாக" பயன்படுகிறது என்கிறார் பேராசிரியர். உதாரணத்- திற்கு "ஒரு சாம்பல் நிற நிலப்பரப்பு" மட்டுமே ஒரு பாத்திரத்தின் அவநம்பிக்கை அல்லது தோல்வி மனநிலையைப் புலப்படுத்திவிடாது. மாறாக அந்தப் பாத்தி- ரத்தின் செயல் பேச்சு புறத்தோற்றம் ஆகியவற்றின் மூலம் ஏற்கனவே வாசகர் அறிந்து வைத்திருக்கக்கூடிய அந்தப் பாத்திரத்தில் அவநம்பிக்கையை காட்டுவதற்-

குப் பயன்படலாம்” என்கிறார். ஒப்புமை என்ற சொல் பயன்பட்டிருப்பினும் முரண்-பட்டிருத்தல் (அதுவும் ஒருவகையில் ஒப்புமைதான்) என்ற கூறினையும் இதனுடன் இணைத்து திறனாய்வுக்கு எடுத்துக்கொள்ளப்பட்டுள்ளது.

இவ்வொப்புமையை மூன்று முறையில் விளக்கியிருக்கிறார்:

1. ஒத்திசைவான பெயர்கள்

2. ஒத்திசைவான நிலக்காட்சி

3. கதைமாந்தர்களுக்கு இடையிலான ஒத்திசைவு.

1.ஒத்திசைவான பெயர்கள்:

இங்கே பிரெஞ்சுக்காரரான பிலிப் ஹார்மோன் என்ற இலக்கிய திறனாய்வாளர் கண்டாய்ந்த முடிவுகள் சொல்லப்பட்டிருக்கின்றன. இவர் கதைமாந்தருக்கும் குறி-யீடுகளுக்குமுள்ள உறவை உறுதிசெய்தவர். பனுவலில் கதைமாந்தரை ஒரு குறியீ-டாக நிறுவமுடியும் என்றதோடு, அக்கதைமாந்தரை ஒற்றை குறியீடாக மட்டுமின்றி பல குறியீடுகளின் தொகுப்பாகவும் பிரதிநிதித்துவபடுத்தமுடியும் என்றவர். “கதை-மாந்தருக்கு நாம் தரும் ஒத்துழைப்பு என்பது எடுத்துரைப்பிலுள்ள பிற கதை-மாந்தர்களுக்கும் நம்மால் பெயர் சூட்டவும், நினைவுகூரவும் முடியும் என்பதும் அவர்களை விசாரணைக்குட்படுத்தவும், விசாரணை செய்யவும் முடியும் என்பதும்” ஆகும் எனக்கூறியவர்.

ஹாமொன் ஒத்திசைவான பெயர்களை நான்கு பிரிவுக்குள் கொண்டுவருகிறார் என அறிகிறோம். அவை அ. சாட்சி ஆ. ஒசை. இ. தெளிவாக உச்சரித்தல் ஈ. மொழிவடிவம். இதில் நான்காவதாக வருகிற மொழிவடிவத்தை வாக்கிய அமைப்-போடு பொருத்திப்பார்க்க தேவையில்லையாம். “ஒத்திசைவான பெயர்கள் ஒத்ததை வலியுறுத்துவதைவிட பெயருக்கும் அந்த கதைமாந்தரின் இடையிலுள்ள முரண்-களை வலியுறுத்தவும் கையாளப்படலாம்” எனவும் சொல்லப்படுகிறது.

2. ஒத்திசைவான நிலக்காட்சி:

“கதைமாந்தரின் சமூகம் சார்ந்த சூழலானது அந்தக் கதைமாந்தரின் பண்புக் கூறுகளை மறைமுகமான ஒரு முறையில் வெளிப்படுத்துகிறதென்று” கூறப்படுகி-றது. அதாவது மனிதர்களைச் சமூகமும், சமூகத்தை மனிதர்களும் கட்டமைக்கி-றார்கள் மாறாக இயற்கை நிலக்காட்சி யாரையும் சாராமல் சுதந்திரமாக இயங்கிக்-கொண்டிருப்பது. எனவே இங்கே சமூகத்தைப்போல காரணகாரிய அடிப்படையில் இயற்கை சூழலையும் மனிதர்களையும் பொருத்திப்பார்க்க முடியாதென்கிறார்கள். எனினும் சில ஆய்வுகள் இக்கருத்தியத்திற்கு மாறாக இயற்கைக்கும் மனிதருக்கும் ஒப்புமை அடிப்படையிலோ முரண் அடிப்படையிலோ ஒத்திசைவுகள் உள்ளதாகத் தெரிவிக்கின்றன. பேராசிரியர் சங்க இலக்கியத்தில் வரும் கருப்பொருள் காட்சி-களை நினைவு கூர்கிறார்.

3. கதை மாந்தருக்கிடையில் ஒத்திசைவு

சில நேரங்களில் சில குறிப்பிட்ட சூழல்களில் "இரண்டு கதைமாந்தர்களின் நடத்தைகளுக்கு இடையிலுள்ள ஒப்புமை அல்லது முரணானது இரண்டு கதை-மாந்தர்களின் பண்புக்கூறுகளையும் அழுத்தமாக வெளிப்படுத்துவதாகக்" கூறும் க.பஞ்சாங்கம் ஷேக்ஸ்பியரின் 'கிங் லியர்' நாடகத்தில் வரும் 'கார்டிலியா மற்றும் அவளது சகோதரிகளுக்கிடையே உள்ள குண வேறுபாடுகள் அவ்விதியின்படி தெளிவாக பதிவாகியிருக்கின்றன, என்கிறார்

பாத்திரமயபடுத்தலிலுள்ள பொதுவான வழிமுறையை வகுத்துக்கொள்ள வேறு-சில கூறுகளை பற்றிய புரிதலும் அவசியமெனக்கூறும் ஆசிரியர் உதாரணத்திற்கு ஒரு கதைமாந்தரின் பண்புநலன்களைப் புலப்படுத்தப் பயன்படும் கூறுகள், அந்தக் கதைமாந்தரின் ஒரு பண்பினைத்தான் சுட்டிக்கூற வேண்டுமென்பது இல்லையென்-றும், தொடர்பான வேறுபல கூறுகளையும் பேசலாம், எனவும் தெரிவிக்கிறார்.

<u>கதைமாந்தர்கள் உருவாக்கம்?</u>

நேற்றைய கதை மாந்தர்கள் இரு கூட்டத்தின் பிரதிநிதிகளாக இருந்தார்கள். நல்லவை தீயவை என்ற பொதுப்பண்பின் கீழ் அவர்கள் இனங்காணபட்டு, கதை-யாடலை இந்த இரு பண்பிற்குமான மோதலாக நடத்திக் காட்டினார்கள். ஆனால் இன்றைய எடுத்துரைப்பு சிக்கலான மாந்தர்களை கையாளுகிறது அவர்களை மேற்கண்ட பொதுப்பண்பின் ஒன்றின்கீழ் அவ்வளவு எளிதாக நிறுத்திவிடலாமா?

அது தவிர இன்றைய படைப்புலகம் படைப்பாளியோடு வாசகனுக்கும் 'கதை-மாந்தரின்' பண்பைத் தீர்மானிக்கும் மந்திரக்கோலை கொடுத்திருக்கிற காலம். பிரெஞ்சு எழுத்தாளர் செர்ழ் தூப்ரோஸ்கி கூறுவதுபோல "அச்சடித்த காகிதத் தளத்தில் எடுத்துரைப்பவனுக்கும் வாசகனுக்கும் ஏற்படுத்திதரும் சந்திப்பே கதை-மாந்தர்". அடுத்து 'தன்னை எழுதல்' என்ற புதிய வகை எடுத்துரைப்பியலில் கதைசொல்லியே சிறப்பு கதைமாந்தன் என்கிறபோது மிகக்கவனமாக கதைமாந்தர் உருவாக்கத்தைப் பரிசீலிக்கவேண்டியிருக்கிறது. ஏற்கனவே நேற்றைய கதை மாந்-தர்களும் இன்றைய கதைமாந்தர்களும் ஒன்றல்லவெனபார்த்தோம். இன்றைய மாந்தர்கள் குழந்தை முதல் பெரியவர்வரை சிக்கலான மனிதர்கள். ஆறுவயதில் தமது அறிவைக் கையாளத் தெரிந்த குழந்தைகளின் காலம்போய் இன்றைக்கு அப்பக்குவத்தை அவர்கள் தங்கள் மூன்றுவயதில் அடைந்திருக்கிறார்கள். தந்-தைக்கு மந்திரம் உபதேசித்த மீதார்த்தம், நாளை எதார்த்தமாகக்கூடும். அனுப-வத்தால் கட்டமைக்கப்பட்ட நேற்றைய மனிதனுக்கும் அறிவால் கட்டமைக்கப்படு-கிற இன்றைய மனிதனுக்கும் வேறுபாடுகள் உள்ளன. எனவே மனிதனின் பரிணாம வளர்ச்சி கதைமாந்தரிலும் எதிரொலித்தாகவேண்டிய கட்டாயம் உள்ளது, நமது திறனாய்வுகள் பலவும் மேற்கத்திய ஆய்வுகளின் அடிப்படையில் மேற்கொள்ள-பட்டவை. மேற்கத்திய சமூகத்தை, மேற்கத்திய மனிதர்களை, அவர்களின் பண்-பாட்டை அடிப்படையாகக்கொண்டவை. கீழைத் தேசத்துக்கென கலப்பற்ற பண்-

பிருக்கிறதா என்பது அடுத்த கேள்வி. மேற்கத்தியரேனும் மேற்கத்தியர்களாக இருக்கிறார்கள் (பெரும்பாலோர்) என உறுதியாகக் கூறலாம். குறிப்பாக கீழைநாடுகளின் படித்த நடுத்தர வர்க்கம், மேற்கிலும் இல்லாமல் கிழக்கிலும் இல்லாமல் வாழ்ந்துகொண்டிருக்கிறோம். மாசற்ற அறிவு, மாசற்ற உணர்வு போன்ற சொல்லாடல்கள் பொருளிழந்துவிட்டன. ஒருவித மன நோய்க்கு ஆளான மனிதர்கள். மையமும் விளிம்புமிணைந்த ஒருவித மயக்க நிலை நமது உயிர்வாழ்க்கை. இன்றைய கதைமாந்தர் உருவாக்கம் பல முகப்பினைக்கொண்ட கண்ணாடி, தோற்ற பிழைக்கு வாய்ப்புண்டு. எனவே இவற்றையெல்லாம் மனதில் நிறுத்தியே ' கதைமாந்தர்கள் உருவாக்கம்' பற்றிய கட்டுரையை நாம் அணுகவேண்டும்.

7

நோக்குநிலை

கண்விழிப்பதுமுதல் கண்ணுறங்குவம்வரை மேற்கத்தியர் முதலீடு செய்த அறிவு நம்மை வழி நடத்திக்கொண்டிருக்கிறது. இன்றைய மனித வாழ்க்கை மேற்கத்தியர்-களால் எழுதப்படுவது. கலை இலக்கியமும் அதற்கு விதிவிலக்கல்ல. "இன்றைய மனிதன் உண்மையில் செய்யவேண்டியது என்ன? என்ற கேள்வியைக் கேட்கிற அல்பெர் கமுய் " அபத்த உலகில் பிறந்த மனிதனுக்குள்ள பங்கு, வாழ்க்கையை ஏற்பதும், அதனுடன் முரண்படுவதும், அதற்கு அடிமையாகாமிருப்பதும்" என்கி-றார். அல்பெர் கமுய் ஒத்த எழுத்தாளர்கள் நம்மிடையே இருக்கலாம், ஆனால் அவரையொத்த சுய சிந்தனைவாதிகள் நமிடம் இல்லை. படைப்பிலக்கியம் என்பது இட்டுக்கட்டுவதும், வார்த்தை விளையாட்டுகளுமல்ல, ஊனை உருக்கி உள்ளொளி பெருக்கி, வாசகனுக்கு இலைபோடுவது, விவாசகனோடு விவாதிப்பது, தன்னைக்-கடந்து செல்லவும் வெல்லவும் வாசகனை அனுமதிப்பது. நவீன இலக்கியத்தின் இன்றைய பரிணாமம் என்பது வாய்ச் சவடால்களால் கண்டதல்ல, சோர்வுறாத சிந்தனைச் சவடால்களால் உருப்பெற்றவை. சந்தைப்படுத்துதல் என்ற சொல்லுக்கு உளவியல் நோக்கில் பொருள்தேடவேண்டும், ஒவ்வொருமுறையும் நுகர்வோரிடத்-தில் உபயோகிக்கும் பொருள் புதியது, கூடுதற் பயனை அளிக்கவல்லது என்ற நம்-பிக்கையை அளிக்கவேண்டும். இதற்கு என்ன வழி? உற்பத்தியாளருக்குத் தனது பொருளைபற்றிய முழுமையான அறிவும் தெளிவும் வேண்டும், அதன் பின்னரே நுகர்வோரை நெருங்கவேண்டும். புரட்சியைத் தொழில்களில் மட்டுமல்லை சிந்-தனைகளிலும் செய்துகாட்டுபவர்கள் மேற்குலகினர். நவீன இலக்கியத்தின் பல படி-நிலைகள் இந்திய இலக்கிய மரபிற்குப் புதிதல்ல. அவற்றின் தடங்கள் இருக்-கவே செய்கின்றன. ஆனால் இவற்றையெல்லாம் ஒப்பீடு அளவில் ஆய்வு செய்து கீழைத் தடத்தில் ஓர் இலக்கிய மரபைக் கட்டமைக்க தவறி இருக்கிறோம்.

<u>நோக்கு நிலை என்றால் என்ன?</u>

"ஒரு பனுவலில் கதையென ஒன்று கதைசொல்லியின் மூலமாய் ஒரு காட்சி-கோணத்தின் ஊடாகசொற்களால் முன்வைக்கபடுகிறது" (பக்கம் 207 ந.இ.கோ.) என்று எளிமையாகக் கட்டுரை ஆசிரியர் நமக்கு நோக்குநிலையை விளக்குகிறார். ஆங்லேயர்களாலும் அமெரிக்கர்களாலும் ஒரு கோணத்தில் பார்த்தல் எனக்கூறியதையே ஜெரார்ட் ஜெனெத் (Gérard Genette) என்ற பிரெஞ்சு இலக்கிய கோட்ப்பாட்டாளர் நோக்குநிலை என அழைப்பதாக தெரிவிக்கிறார். இவ்விடத்தில் ஜெரார் ஜெனெத் ஒரு பிரெஞ்சுக்காரர் என்பதால் அவரைப்பற்றிய ஒரு சிறிய அறிமுகத்தைச் செய்வது நல்லதென நினைக்கிறேன். 1930ல் பிறந்த ஜெனெத் அமைப்பியல்வாதிகளில் ஒருவர், இலக்கிய விமர்சகர் அனைத்துக்கும் மேலாக பல இலக்கிய கருத்துருவாக்கங்களை முன்வைத்த மொழிஅறிஞர். அவருடைய Palimpsestes. La Littérature au second degré (Editions Seuil -1982) முக்கியமானதொரு நூல். 'பாலம்செஸ்ட்' (Palimsests) என்பது என்ன? ஒரு பனுவலில் சில சொற்களை அல்லது சில வரிகளை மாற்றிச்சொல்ல நினைக்-கிறோமென்று வைத்துக்கொள்ளுங்கள், என்ன செய்கிறோம், ஏற்கனவே எழு-திய சொற்களை அல்லது வாக்கியங்களைக் கலைத்துவிட்டு அதன் மீது புதிய சொற்களை அல்லது புதிய வரிகளை எழுதுகிறோம், அவ்வாறு எழுதுகிறபோ-தும் பழைய சொற்களின் அல்லது வாக்கியங்களின் தடம் சரியாக கலைபாட-மல் இருக்கிறதில்லையா அதன் பெயரே பாம்செஸ்ட். ஜெனெத்திற்கு இந்த பாம்-செஸ்ட்போலவே ஒவ்வொரு பனுவலிலும் ஏதோவொரு பனுவல் ஒட்டிக்கிடக்கிறது. சென்ற நூற்றாண்டில் எண்பதுகளில் இக்கருத்துருவாக்கத்தை ஜெனெத் முன்-வைத்தபோது மேற்குலக விமர்சனதளம் பெரும் அதிர்வைக்கண்டது. இலக்கிய விமர்சனங்களை வைக்கிறபோது ஜெனெத்தின் புதிய அனுகுமுறையுடன் பனுவலை நெருங்க வேண்டியிருந்தது.

ஜெனெத்தின் நோக்கு நிலை கோட்பாட்டின் பொருள் என்ன, எவ்வகையில் எடுத்துரைப்பை மேம்படுத்துகிறது என்பதையெல்லாம் பேராசிரியர் விரிவாகப் பேசி-யிருக்கிறார். இரண்டு கேள்விகள் எழுப்பப்ட்டிருக்கின்றன. முதற் கேள்வி யார் பார்ப்பது? இரண்டாவது: யார் பேசுவது? உடனடியாகவும் வெளிப்படையாகவும் நமக்குக் கிடைக்கக்கூடிய பதில் இரண்டும் ஒருவரே - அந்த ஒருவரை கதை-சொல்லியென்றோ அல்லது எடுத்துரைப்பவர் என்றோ நாம் அழைக்கலாம், கூடு-தல் விளக்கங்களை அறிவதற்கு பேராசியரின் நவீன இலக்கியகோட்பாடுகள் நூல் உங்களுக்கு உதவும். ஜெனெத்தின் நோக்கு நிலையைச் சற்று எளிமைபடுத்தி புரிந்-துகொண்டு, அதன் பிரதான கூறுகளில் கவனத்தைச் செலுத்துவோம். கதைசொல்-லல் அல்லது எடுத்துரைத்தல் என்ற சொற்களில் இடம்பெறும் சொல்லல், உரைத்-தல் இரண்டும் பேசுதல் குடும்பத்தைச் சேர்ந்தவை இதனை Déges என்ற கிரேக்க சொல்லால் அழைக்கிறார்கள். நோக்கு நிலையில் இரண்டாவதாக இடம்பெறும்

பார்த்தல் என்ற சொல்லுக்கு கிரேக்க மொழியில் Mimèsis என்று பெயர். ஆக நோக்கு நிலை என்ற சொல்லை இருவகையில் பொருள் கொள்ளலாம். முதலாவது நோக்குநிலையை ஓர் அறிவியல் கலைச்சொல்லாக அணுகும் வழிமுறை. அதன் படி இங்கே எடுத்துரைப்பின் பணி, வாசகரின் கவனத்தை ஒரு பொருள் அல்லது கதைமாந்தர் அல்லது இப்படி ஏதோ ஒன்றைப்பற்றிய விபரத்தின்மீது திருப்புவது - இதுவே யார் பார்ப்பது (Mimèsis) என்ற கேள்விக்கான பதில். நோக்கு-நிலை பற்றிய இரண்டாவது அணுகுமுறை காட்சிவெளி சார்ந்த எடுத்துரைப்பு (la perspective narrative) .

நோக்கு நிலையின் செயல்பாடுகள் எடுத்துரைப்பில் தன்னிலை மற்றும் படர்க்கை மொழியாடல்களில் நடைபெறுகின்றன. இவை அனைத்திலும் சூத்ரதாரி-யாக இருப்பவர் கதைசொல்லி என்பதை நாம் மறந்துவிடக்கூடாது. எடுத்துரைத்தல் பற்றிய ஆய்வு என்பது ஒரு கதைக்கும் -சொல்லலுக்கும் உள்ள உறவு முறை-களை விளங்கிக்கொள்வது. நோக்கு நிலைவழி இவற்றை வகைப்படுத்தியிருக்கிறார் கட்டுரை ஆசிரியர்:

1. கொள்கை அளவில் நோக்கு நிலையும் எடுத்துரைத்தலும் வேறு வேறு

2. படர்க்கை மாந்தரை எடுத்துரப்பவராக பயன்படுத்துதல்

3. எழுவாய் வழி கதைசொல்லல்

4. நோக்கு நிலையைப்பொறுத்தவரை தன்மையில் சொல்லப்பட்டாலும் படர்க்கை நிலையில் சொல்லப்பட்டாலும் வேறுபாடுகள் இல்லை. இரண்டுமுறையிலும் பனு-வல் உலகில் நோக்கு நிலைஎன்பது ஒரு கதை மாந்தரின் பண்பாடாகசெயல்-படுகிறது. இவ்விரண்டுக்கும் இடையிலுள்ள ஒரே வேறுபாடு எடுத்துரைப்பவரின் அடையாள வேற்றுமைதான்.

மேற்கண்ட அடையாள வேற்றுமையை அறிவது ஜெனெத்தின் கோட்பாட்டைக் கூடுதலாக விளங்கிக்கொள்ள உதவுமென நினைக்கிறேன். ஜெனெத் நான்குவகை கதை சொல்லிகளை அறிமுகப்படுத்துகிறார்

<u>I. கதைசொல்லி இடம்பெறலாம் அல்லது இடம்பெறாமலும் போகலாம் என்கிற சூழலில்:</u>

<u>1. கதைக்கு வெளியே கதை சொல்லி</u>

இக்கதைசொல்லியை ஜெனெத் Le narrateur extra diégétique என அழைக்கிறார். இங்கே கதை சொல்லி கதைமாந்தரல்ல. கதைக்கு வெளியே இருப்பவர், வாசகனிடம் நேரடியாகப் பனுவலைப் படைத்தவர் பேசுதல். ஹோமரின் ஒடிஸ்ஸியஸ் ஓர் உதாரணம். எடுத்துக்காட்டு: "முன்பொருகாலத்தில் சிவப்பி என்றொரு பெண்ணிருந்தாள். பெற்றோர்கள் அப்பெயரிட்டு அழைக்கக் கார-ணம்..." எனத் தொடங்கி பாடம் எடுக்கும் முறை. பெருமாலான பழைய நூல்கள் இவகையிலேயே கதைசொல்லலை நிகழ்த்தியிருக்கின்றன.

2. கதைக்குள் இருந்து கதை சொல்லல்.

இக்கதை சொல்லியை ஜெனெத் Le narrateur intra diégétique என அழைக்கிறார். கதைசொல்லி கதைக்குள் இடம்பெறும் கதை மாந்தர்களில் ஒருவர் பெரிய எழுத்து விக்கிரமாதித்தன் கதைகளில் வரும் சிம்மாசன பொம்மை பேசுவது போல கதைசொல்லப்படுவதை இங்கே உதராணமாகக் கொள்ளலாம்.

எடுத்துக்காடு: "என் பெயர் சிவப்பி, நான் பிறந்தபோது மிகவும் சிவப்பாக இருந்ததைவைத்து எனக்குப் பெற்றோர்கள்.. " எனக் கதைமாந்தரே கதை கூறல் இவ்வகையில் அடங்கும்.

11 கதைக்குள் கதைசொல்லி என்றொரு கதைமாந்தர் இடம் பெற்றால்

1. பிறர்கதையைக்கூறும் கதைசொல்லி

ஜெனெத் இக்கதைசொல்லியை Le narrateur hétéro diégétique என அழைக்கிறார். அவர் கதையில் வரும் பிறகதைமாந்தர்களைப் பற்றி பேசுபவராக இருக்கிறார். ஹருகி முராகாமியின் ஸ்புட்னிக்கின் காதலர்கள் உதாரணம்.

எடுத்துக்காட்டு: "சிவப்பி என்ற எனது தோழியைப்பற்றி உங்களுக்குக் கூற வேண்டுமென நினைக்கிறேன்...."

2. தன்கதையைக்கூறும் கதை சொல்லி

ஜெனெத் இவரை le narrateur homo diégétique என அழைக்கிறார். இவ்வகைக்கு உதாரணமாக யு.ஆர். அனந்தமூர்த்தியின் பாரதிபுரத்தைக் கூறலாம்.

எடுத்துக்காட்டு: "சிவப்பியாகிய எனது கதையைச் சொல்லப்போகிறேன்.." எனத் தொடங்குவது ஆகும்.

நோக்கு நிலை வகைபாடுகள்:

இதனை இரண்டு முக்கிய தலைப்பின்கீழ் கட்டுரை ஆசிரியர் விவரிக்கிறார்:

1.கதையோடு தொடர்புடைய நிலைப்பாடு

2. தொடர்ந்து நீடிக்கும் தன்மை

1. கதையோடு தொடர்புடைய நிலைப்பாடு

இத்தலைப்பின் கீழ் சிலவகை நோக்குநிலைகள் சொல்லப்படுகின்றன. அவற்றில் முக்கியமானது அகநிலைபட்ட நோக்கு நிலை மற்றது புற நிலைபட்ட நோக்குநிலை.

புறவயப்பட நோக்குநிலை: எடுத்துரைப்பு முகவரோடு இது மிகவும் அணுக்கமானதென்று அறிகிறோம். எடுத்துரைப்பாளருக்கும் கதைமாந்தருக்கும் உள்ள உளவியல் கலந்த இடைவெளி மிகவும் குறுகிய அளவில் இருக்கிறபோது இது எழுவாய் எடுத்துரைப்பாக நிகழ்கிறது..

அகவயப்பட்ட நோக்குநிலை: இது பனுவலுக்குள் இடம்பெறுவது, பொதுவில் கதை மாந்தர்களின் நோக்குநிலையாக இது அமையுமென்றும், அதே வேளை சில நேரங்களில் அக நிலைபட்ட நோக்கு நிலைபடுத்துதல் என்பது பனுவலின்

நிலை அமைதியோடு இணைந்து ஒன்றாகிவிடும் எனவும் கதைமாந்தர்களின் பண்பு நலன்களை அடையாளப்படுத்த தவறிவிடுமென்றும் சொல்லப்படுகிறது.

2. தொடர்ந்து நீடிக்கும் தன்மை

எடுத்துரைப்பு முழுவதும் நோக்கு நிலைப்படுத்துவதென்பது தொடர்ந்து நீடிக்கிறதென்றும்; நோக்கு நிலையின் கோணத்தையும் தன்மையினையும் இடம், களம், பல்வேறு வகைக் கூறுகள் தீர்மானிக்கின்றன என்பதையும் இப்பகுதியில் ஆசிரியர்எடுத்திரைத்திருக்கிறார்.

அ. வெளி அல்லது இடம்: இங்கே நோக்கு நிலைபடுத்துபவர் எடுத்துரைக்கும் பொருளிலிருந்து வெகு தூரத்தில் ஒரு புள்ளியில் இருந்துகொண்டு சொல்வதென்றும், இந்நிலைப்பாடு தொன்ம இலக்கியங்களில் அதிகம் இடம் பெற்றிருக்கிறதென்ற செய்தி கிடைக்கிறது.

ஆ. காலம்: ஒரு கதை மாந்தர் தமது கடந்தகாலத்தைப் பின்நோக்கிப் பார்ப்பதற்குக் காலம் துணை நிற்கிறது. இங்கே கடந்தவை அனைத்தும் ஒரு காலத்திற்கு உரியவையாக பார்க்கப்படுகிறது.

மேற்கண்ட வெளி காலம் ஆகியவற்றோடு உள்வியல் கூறுகள், அறிதல் கூறுகள் உணர்ச்சிக்கூறுகள் கருத்துநிலைக் கூறுகள் என்கிற பல்வேறு அம்சங்கள் கதைசொல்லியின் நோக்குநிலையில் சூழலுக்கு ஏற்ப இடம் பெற்று கதைசொல்லலுக்குத் துணை நிற்கின்றன.

8

எடுத்துரைப்பின் படிநிலைகள்

சிமூர் சாட்மன் ஓர் அமெரிக்க இலக்கியம் மற்றும் திரைப்பட விமர்சகர். வட அமெரிக்காவைச் சேர்ந்த மிக முக்கியமான எடுத்துரைப்பியல் நிபுணர். பேரா-சியரின் எடுத்துரைப்பு படிநிலைகளைப்பற்றிய இக்கட்டுரை, இந்த அமெரிக்கரின் உண்மைகளை முன்வைத்து பேசுகிறது.

உள்ளுறை எழுத்தாளரும் - உள்ளுறை வாசகரும்

பொதுவாகவே எடுத்துரைப்பியல் என்றதும் அதனை இயக்கும் எதிரெதிர் துரு-வங்களாக செயல்படுவர்களில் ஒருவர் எழுத்தாளர் மற்றவர் வாசகர் என்பது பலரும் அறிந்த உண்மை. இந்த அத்தியாத்தில் பேராசிரியர் சாட்மன் முன்வைத்த கருத்தியத்தின் அடிப்படையில் வேறு சில உண்மைகளைத் தெரிவிக்கிறார். அதன்-படி வெகுசன அறிவு நம்பிக்கொண்டிருக்கிற எழுத்தாளர்- வாசகர் என்கிற செயல்-பாட்டாளர்களோடு வேறுசிலரும் எடுத்துரைப்பை முன்னெடுத்துச் செல்கிறார்கள். அவர்கள் மொத்தம் ஆறுபேர்: படைப்பை அளிப்பவர்கள் மூவர், படைப்பை பெறுபவர்கள் மூவர். அளிப்பவர் அணியில் முதலாமவர் உண்மையான எழுத்-தாளர், அடுத்து வருபவர்கள் அல்லது முதல் நபருக்குத் துணைநிற்பவர்கள் உள்ளுறை எழுத்தாளர், எடுத்துரைப்பாளர். பெறுபவர் அணியில் முதலாமவர் உண்மையான வாசகர் அடுத்து இடம்பெறுபவர்கள் உள்ளுறை வாசகர், எடுத்து-ரைப்பைக் கேட்பவர்.

இவர்களில் எழுத்தாளர் அணியில் செயல்படுகிற 'உள்ளுறை எழுத்தாளர்' (எதிரணியில் சமன் படுத்த உள்ளுறை வாசகர்)மிக முக்கியமானவர்கள். இந்த உள்ளுறை எழுத்தாளர், குறிப்பிட்ட படைப்புக்கென எழுத்தாளரிடமிருந்து பிறவி எடுப்பவர், பிரதான எழுத்தாளர் நிரந்தரமானவர், பல படைப்புகளிலும் தொடர்ந்து

இடம்பெறுகிறார். மாறாக உள்ளுரை எழுத்தாளர் பிறப்பும் இறப்பும் குறிப்பிட்ட படைப்போடு முடிந்துவிடுகிறது. 'மனிதப்பண்பு ஏற்றப்பட்டவராகத் தோற்றமளிக்கி றார். எனவே இவர் எழுத்தாளரின் 'இரண்டாவது சுயம்' இன்னொரு விந்தையான கருத்தும் நமக்குக் கிடைக்கிறது. உள்ளுரை எழுத்தாளர் பிரதான எழுத்தாளரின் அல்லது உண்மையான எழுத்தாளரின் ஓர் அங்கமாக இருப்பினும் முழுப்படைப்- பிற்கான மூளை மற்றும் படைப்பின் விதிகளுக்கான மூல ஆதாரமாக இருப்ப- தால் சாட்மென் முடிவின்படி உள்ளுரை எழுத்தாளர் அறிவுத்தளத்திலும், ஒழுக்கத் தரத்திலும் உண்மையான எழுத்தாளரைக் காட்டிலும் மேம்பட்டவராக இருப்பாரென அறிகிறோம்.

இங்கே நமக்குத் தெரியவேண்டிய மிகப்பெரிய உண்மை, உள்ளுரை எழுத்தா- ளரும் உண்மையான எழுத்தாளரும் சமமானவர்கள் அல்ல என்பது முதலாவது. படைப்பை நடத்திச்செல்கிற உள்ளுரை எழுத்தாளரின் சிந்தனை, நம்பிக்கை, உணர்வு நிலை ஆகிவற்றிலெல்லாங்கூட நேரெதிரான நிலைப்பாட்டிற்குச் சொந்- தக்காரராக உண்மையான எழுத்தாளர் இருப்பார் என்பது இரண்டாவது. இவை நிகழ்வதற்கு ஆசிரியரின் கட்டுரை சொல்லும் காரணம், உண்மையான எழுத்- தாளரின் சுய அடையாளம் புறவாழ்வில் அவர் எதிர்கொள்ளுகிற வாழ்க்கைச் சூழலுக்கு ஏற்ப மாறிக்கொண்டே இருக்கக்கூடியது. அதே நேரத்தில் உள்ளுரை எழுத்தாளரின் அடையாளம், எழுதப்படும் படைப்போடு இணைந்து இரண்டறக்- கலந்து நிலைப்பெற்று இருக்கக்கூடியது (ந.இ.கோ. பக்கம் 216). எதிரணியில் இருக்கிற உள்ளுரை வாசகர் இந்த உண்மையை அறிந்தே இருக்கிறார், ஆனால் பிரச்சினை விளிம்பில் இருக்கிற உண்மையான வாசகர் பல நேரங்களில் உள்- ளுரை எழுத்தாளரை உண்மை எழுத்தாளரிடம் தேடிக்களைப்பதைக் காண்கிறோம். சாட்மன் கூற்று "உள்ளுரை எழுத்தாளர், உண்மை எழுத்தாளரிடம் மட்டுமின்றி எடுத்துரப்பாளரிடமும் வேறுபட்டவர் எனக் கூறுகிறது. தவிர ஒரு படைப்பை முன்- னெடுத்து செல்கிற உள்ளுரை எழுத்தாளர் படைப்பு முழுவதும் மௌனம் சாதிப்ப- தால் அவரை எடுத்துரைப்பவராகக் கருதக்கூடாதென்றும் அறிவுறுத்தப்படுகிறோம். "எடுத்துரைப்பாளர் என்பவர் பனுவலின் நேரடியான குரலாகவும் அல்லது பேசுப- வராகவும் அமைய உள்ளுரை எழுத்தாளர் குரல் அற்றவராகவும் மௌனநிலையில் உறைந்து இருப்பவராகவும் கருதப்படுகிறார்"(ந.இ.கோ. பக்கம் 216)

அடுத்து நாம் புரிந்துகொள்ளவேண்டியவர் உள்ளுரை வாசகர். உள்ளுரை எழுத்தாளருக்கு எதிர்வரிசையில் இடம்பெறும் உள்ளுரை வாசகரின் இலக்கணங்- கள் உள்ளுரை எழுத்தாளருக்குப் பொருந்தக்கூடியவை: 1.உள்ளுரை எழுத்தா- ளரைப்போலவே பனுவல் உருவாக்கும் நபர் 2. உண்மை எழுத்தாளரிடமிருந்து வேறுபடும் உள்ளுரை எழுத்தாளரைப்போலவே உண்மையான வாசகரிடமிருந்தும் எடுத்துரைப்பைக் கேட்பவரிடமிருந்தும் வேறுபடுவார். ஒவ்வொரு பனுவலுக்குள்-

ளும் உள்ளுறை எழுத்தாளரைப்போலவே உள்ளுறை வாசகரும் இருக்கிறாரென்றும், மாறாக ஒவ்வொரு பனுவலும் 'எடுத்துரைப்பாளரையும் -கேட்பவரை'யும் கொண்டிருக்கவேண்டுமென்கிற நிர்ப்பந்தமில்லையென்றும், நாவலின் தேவை பொறுத்து அதனை பாவிக்கலாமென்றும் அறிகிறோம். ஒரு பனுவலில் எடுத்துரைப்பாளர் இருக்கிறபோது உள்ளுறை எழுத்தாளர்-எடுத்துரைப்பாளர் - கேட்பவர்உள்ளுறைவாசகர் என்ற சங்கிலித்தொடரில் செய்தி பரிமாறப்படுகிறது என அறிகிறோம். எடுத்துரைப்பாளர்- கேட்பவர் இல்லாதபோது, செய்தி நேரடியாக உள்ளுறை எழுத்தாளரிடமிருந்து - உள்ளுறை வாசகருக்குப் போய்ச்சேருகிறது.

சாட்மன் கூற்றின் அடிப்படையில் சில சந்தேகங்களைக் கட்டுரை ஆசிரியர் எழுப்புகிறார்:

முதலாவதாக ஒரு பனுவலில் உள்ளுறை எழுத்தாளருடைய இடம் எது? பனுவலைப் பகுத்தாராயவும், வாசகர்களின் நடத்தையினைப் பகுத்தாராயவும் பெரிதும் உதவுமென நம்பப்படும் உள்ளுறை எழுத்தாளர் கோட்பாடு தகவல் பரிமாற்றத்தில் உதவுவதில்லை (உள்ளுறை எழுத்தாளரின் மௌனம், நேரடியாகத் தகவல் அறிவிப்பில் பங்கின்மை...) என்பதால் உருவாகும் குழப்பம்; அடுத்ததாக எடுத்துரைப்பாளர் குறித்தும் கேட்பவர் குறித்தும் கொடுக்கிற விளக்கங்களால் எழும் சிக்கல்.

இந்நிலையில் மேற்கண்ட சிக்கலிலிருந்து விடுபட இரண்டு வழிமுறைகளை பேராசிரியர் தெரிவிக்கிறார்:

1. உள்ளுறை எழுத்தாளர், உள்ளுறை வாசகர் ஆகிய இருவரையும் தகவல் பரிமாற்றம் நிகழ்கிற எடுத்துரைப்புச் சூழலிலிருந்து அப்புறப்படுத்துவது.

2. எடுத்துரைப்பவர் கேட்பவர் ஆகிய இருவரையும் எடுத்துரைப்புச் சூழலில் கட்டாயமாக இடம்பெறச்செய்வது

தவிர ஒரு கதையில் எப்போதும் கதைசொல்லி இருந்துகொண்டேதான் இருக்கிறார் என்பதால் எடுத்துரைப்பின் நிகழ்வுக்கு சாட்மன் கூறுவதைப்போல ஆறுபேர் தேவையில்லை: உண்மையான எழுத்தாளர், உண்மையான வாசகர்; எடுத்துரைப்பாளர், கேட்பவர் என்ற நால்வர் கூட்டணியே போதுமானது.

ஆக மீண்டும் எழுத்தாளர் - வாசகர் என்ற எளிமையான சொல்லாடல்களை மறந்து கதைசொல்லலே ஓர் எடுத்துரைப்பு நிகழ்வாகப் கொள்ளப்படுவதால் மீண்டும் நாம் இப்பிரச்சினையை எடுத்துரைப்பவர் -கேட்பவர் பிரச்சினையாகக் கருதலாம். எடுத்துரைப்பு என்ற பொறுப்பில் அமருகிறபோது, வெற்றிகரமாக நிறைவேற்ற போர்த்திறம் சார்ந்த திட்டங்களையும் உபாயங்களையும் ஓர் எடுத்துரைப்பாளன் விரும்பியோ விரும்பாமலோ மேற்கொள்கிறான்.

இப்பகுதியில் அடுத்ததாகப் பேசப்படுவது எடுத்துரைப்பிற்கும் கதைக்கும் உள்ள உறவுகள்:

அ. காலம் சார்ந்த உறவுகள்

எடுத்துரைப்பு என்பது நிகழ்வுகளால் பின்னப்படுவதால் காலத்தின் பங்களிப்பு மிக முக்கியமானது. இறந்த காலம், நிகழ்காலம், எதிர்காலம் என்ற மூன்றும் அதனதன் தன்மையில் சம்பவத்தைக் கேட்பவருக்கு நம்பிக்கைதரும்விதத்தில் சொல்ல உதவுகின்றன. பிறவற்றைக் காட்டிலும் இறந்தகாலம் கதைசொல்லல் தனித்தன்மையை பெற்றதாகிறது. நடக்கிற, நடக்கவிருக்கிற சம்பவத்தை ஆரூட-மாகச் சொல்லவருகிற செய்திகளில் பொதுவாகவே நாம் ஆர்வம் காட்டுவதில்லை. இறந்த கால சம்பவங்கள் எண்பிக்க முடிந்தவையென்ற நம்பிக்கையைத் தரக்கூ-டியவை அல்லது அவ்வாறான தோற்றம் கொண்டவை என்பதாலேயே செய்தித் தாள்களில் ஆரம்பித்து, புனைகதைவரை அதிகம் இறந்தகாலத்தைப் பேசுபவை-யாக உள்ளன, இவ்வித எளிதான உளவியல் காரணத்தோடு, ஒரு சம்பவத்தை அது நடந்துமுடிந்தபின்னரே சொல்லமுடியும் என்ற பொதுவானப் புரிதலும் இறந்த காலத்தைப் பயன்படுத்த காரணமாகிறது. அடுத்ததாக அதிகமில்லையென்றாலும் 'நிகழ இருப்பதாக' சொல்ல உதவுகிற எடுத்துரைப்பும் இருக்கவே செய்கின்றன அவற்றைக்குறித்தும் கட்டுரை ஆசிரியர் சுருக்கமாக பேசுகிறார். நிகழ இருப்பதை எடுத்துரைப்பது எதிர்காலத்திலும் சொல்லலாம், நிகழ்காலத்திலும் கூறலாம் என்-கிறார். காலம் சார்ந்த எடுத்துரப்பில் மூன்றாவதாக வருவது செயலும் எடுத்து-ரைப்பும் ஒரே தருணத்தில் நிகழ்வதுபோல தோற்றம் கொண்டிருப்பது. நாட்குறிப்-பில் இடம்பெறும் பதிவுகள், செய்திதாள்களின் சம்பவத்தை நேரடிவர்ணணைபோல சொல்லும் விதம் ஆகியவற்றை இவற்றிர்க்கு உதாரணங்களாகக் காட்டுகிறார்கள். இப்பகுதியில் கால அளவை நிர்ணயித்து கதைசொல்லலில் ஏற்படும் சிக்கல்கள், நவீன கதையாடல்கள் பலவற்றுள் அவை தவிர்க்கப்படும் விதம் போன்றவற்றையும் ஆசிரியர் அலசுகிறார்.

ஆ. துணைமை உறவுகள் அல்லது எடுத்துரைப்பின் படிநிலைகள்:

இத்தலைப்பின் கீழ் எடுத்துரைப்பிலுள்ள படிநிலைகள் குறித்து விளக்கங்கள் கிடைக்கின்றன.

1. செயல்படும் நிலை:

இது பொதுவாக முதல் எடுத்துரைப்பை நீட்டிக்க அல்லது தொடர்ந்து நிலை-நிறுத்திக்கொள்ள கையாளும் முறை. இங்கே எதை எடுத்துரைக்கவிருக்கிறோம் என்பது முக்கியமிழந்து எடுத்துரைப்பது தொடர்ந்து நடைபெறவேண்டியே எடுத்து-ரைப்பது ஆகும். உதாரணத்திற்கு 'ஆயிரத்தோர் இரவுகள்' கதையில் வரும் கதை-சொல்லலை ஆசிரியர் நினைவு கூர்கிறார். இங்கே கதைசொல்லியான "ஷெஹெ-ராசதா" வுக்கு தனது உயிரைக் காப்பாற்றிக்கொள்ள எடுத்துரைப்பு ஓர் தந்திரமாக பயன்படுகிறது

2. விளங்கவைக்கும் நிலை

எந்தேந்தச் சம்பவங்கள் தற்போதைய சூழலுக்கு காரணங்கள் என்ற கேள்விக்கு விளக்கமளிப்பதுபோல கதை சொல்வது அல்லது எடுத்துரைக்கும் முறை. இங்கும் கதைதான் முக்கியம், எடுத்துரைப்பது அல்ல என்கிறார் கட்டுரை ஆசிரியர்.

3. அடிக்கருத்து நிலை அல்லது கருத்தியத்தை அடிப்படையாகக் கொண்ட நிலை

இவ்வகையான எடுத்துரைப்பில் ஒப்புமை படுத்துதல் மற்றும் வேறுபடுத்திக் காட்டல் மூலமாக சொல்லவந்ததை அழுத்தம் திருத்தமாக உரைப்பது ஆகும்.

எடுத்துரைப்பாளர்கள் குறித்த ஒரு வகைமையாக்கம்

கதையில் எடுத்துரைப்பவரின் பங்களிப்பு, அவர் மீதான நம்பகத்தன்மை இவற்றின் மீதான அடிப்படையில் எடுத்துரைக்கும் தளம்பற்றி பேசும் பேராசிரியர் எடுத்துரைக்கப்படும் கதையையிடவிட உயர்ந்தவராக அல்லது மேலே இருப்பவராக ஒரு எடுத்துரைப்பாளர் தன்னைக் கருதிக்கொள்ளும்போது, அவரின் எடுத்துரைக்கும் தளம் புறநிலைவயப்பட்டதாக அமையுமென்றும்; அவ்வாறின்றி எடுத்துரைப்போடு தன்னையும் ஈடுபடுத்திக்கொள்பவராக எடுத்துரைப்பாளர் செயல்படும்போது அது இரண்டாவது தளத்தில் இயங்குவதாகக் கருதப்படுமென்றும்; இத்தளங்கள் பின்னர் மூன்று, நான்கென்று எடுத்துரைப்பவரின் பங்களிப்பைப் பொறுத்து மாறுமெனவும் தெரிவிக்கிறார்.

<u>கதையில் பங்குபெறும் பரப்பளவு :</u>

மேற்கண்ட வகையில் பல தளங்களில் இயங்குகிற எழுத்தாளர்களின் பங்களிப்பு படைப்பாளிகளின் உணர்ந்தறியும் ஆற்றலைப் பொறுத்ததெனவும் பின்னர் அதன் அடிப்படையில் தன்னை முழுவதும் ஒளித்தோ அல்லது வெளிப்படையாகவோ எடுத்துரைப்புசார்ந்த உபாயங்களைக் கையிலெடுக்கிறார் என்றும் அறிகிறோம், அந்தவகையில் சுமார் எட்டுவிதமான ஆயுதங்கள் அவரது உதவிக்கு காத்திருக்கின்றன.

1. <u>பின்புலம் குறித்த விவரிப்பு:</u> இதில் எடுத்துரைப்பாளர் ஒப்பீட்டு அளவில் மிகக்குறைந்த அளவே வெளிப்படுவாரென்றும், நாடகம் அல்லது திரைப்படத்தினும் பார்க்க இங்கே மொழிகொண்டு பின்புலத்தை விவரிக்கவேண்டிய நெருக்கடி உள்ளதைச் சுட்டிக்காட்டும் பேராசிரியர் அதனாலேயே கதையாடல்மொழி எடுத்துரைப்பாளரின் மொழியாக அமைந்து, நாமும் சொல்லப்படும் பின்புலத்தைவைத்து எடுத்துரைப்பாளரின் உணர்ந்தறியும் ஆற்றலை அளவிட முடிகிறதென்கிறார்.

2. <u>கதைமாந்தர்களை அடையாளப்படுத்துதல்:</u> கதையில் வரும் கதை மாந்தர்களை எடுத்துரைப்பவர் நேரடியாகவும் அல்து மறைமுகமாகவும்; தானாக முன்வந்தோ அல்லது பிறபாத்திரங்களின் ஊடாகவோ கதைமாந்தரின் பண்பினை வாசகர்களுக்குக் கூறலாம். இவற்றைக்கொண்டும் எடுத்துரைப்பவரின் உணர்ந்தறியும் ஆற்றலைக் கணிக்க முடியும்.

3. காலம் சார்ந்த சுருக்கம்; எடுத்துரைப்பாளர் தான் எடுத்துரைக்கும் கதையின் காலத்தை ஒழுங்குபடுத்திக்கொள்ள ஏற்கனவே சொல்லப்பட்டவைகளை சுருக்-கமாக கதையின் நடுவே சொல்வது எடுத்துரைப்பின் ஒருவகை குணமென்றும் அவ்வாறான சூழலில் அவர் எடுக்கும் பல்வேறுவகையான முடிவுகள் கதைசொல்-லலுக்கு உதவுவதோடு, எடுத்துரைப்பாளரின் உணர்ந்தறியும் ஆற்றலை விளங்கிக்-கொள்ளவும் உதவுகிறது.

4. கதைமாந்தரை வரையறைப்படுத்துதல்: இங்கே இரண்டுவகையான உணர்ந்-தறியும் ஆற்றலை எடுத்துரைப்பாளரிடம் காண்கிறோம்; முதலாவதாக கதை மாந்-தரை அடையாளப்படுத்துதல் என்ற விவரிப்பின்மூலம் அக்கதைமாந்தரைப்பற்றி ஏற்கனவே கதைசொல்லி அறிந்திருக்கிறார் என்ற உண்மையொன்று. அடுத்து கதைபற்றிய துல்லியமான பிம்பம், அக்கதைமாந்தரை பொதுமைபடுத்துவதோடு, அவரின் பண்புநலன் எடுத்துரைப்பாளரின் மூலம் அதிகாரமைையப்படுத்தப்படுகிறது. ஆக இதனாலும் எடுத்துரப்பவரின் ஆற்றல் நமக்குத் தெரியவருகிறது.

5. கதைமாந்தர் எதைச் சொல்லக்கூடாது அல்லது எதை எண்ணிப்பார்க்கூடாது என்பது குறித்த அறிதல்: கதைமாந்தரின் செயல்பாட்டை அல்லது ஞானத்தை எடுத்துரைப்பவர் தீர்மானித்திருப்பதை அக்கதைமாந்தரின் செயல்களும், பேச்சும் நமக்குக் காட்டிக்கொடுத்துவிடும். அதன் அடிப்படையிலும் எடுத்துரைப்பவரின் உணரும் ஆற்றலை விளங்கிக்கொள்ளமுடியும்.

6. விளக்கிச்சொல்லுதல் அல்லது விளக்ககுறிப்பு என்பது பனுவலின் இடை-யில் சொல்லப்பட்டிருக்கும் குறிப்பு அல்லது முன்வைக்கப்படும் கருத்து. இவ்வாறு சொல்லப்படுவது கதைமாந்தரையோ நிகழ்ச்சியையோ, சூழலையோ அல்லாமல் ஒரு குழு அல்லது சமூகம் அல்லது ஒட்டுமொத்த மனித இனம் என்று பெரிய அளவில் அனைத்தையும் உள்ளடக்கியதாக அமையும்.

7 அடிக்குறிப்பு: ஒரு புனைகதை உருவாக்கத்தில் அடிக்குறிப்பு என்ற உத்தி-யைப் பயன்படுத்துதல் என்பது பொதுவாக வழக்கத்திற்கு மாறானது. மேலும் எடுத்-துரைப்பவரின் இருப்பை பெரிதும் விளம்பரப்படுத்துவாதகும் என்ற கருத்து வைக்-கப்படுகிறது. மொழிபெயர்ப்புக்கோ, கட்டுரைகளுக்கோதேவைபடுவதுபோல புனை-கதைக்கு அடிக்குறிப்பு அவசியமில்லை. ஆனால் அதற்கான தேவை இருக்கிற-போது அடிக்குறிப்பை பயன்படுத்துதல் கட்டாயமாகிறது.

8. நம்பகத் தன்மை: ஓர் எடுத்துரைப்பவர் அவர் சொல்லும் கதையையும் விளக்கத்தையும் வாசகர்கள் ஆதாரபூர்வமானவை என்று நம்பிக்கைகொள்ளும்ப-டியாகச் செய்யமுடிந்தால் அவர் நம்பகத்தன்மையை ஏற்படுத்திதரும் எழுத்தாளர். இன்னொரு பக்கம் நம்பகத்தன்மையை வாசகரிடத்தில் ஏற்படுத்தித் தரவியலாத எடுத்துரைப்பாளர்களும் இருக்கிறார்கள். அவர்கள் தங்கள் பனுவலில் வாசகரிடத்-தில் சந்தேகத் தன்மையை ஏற்படுத்தித் தருபவர்கள், அதற்கான காரணங்களை

அவர்களே உருவாக்குகிறார்கள். நம்பகத் தன்மைக்கு எடுத்துரைப்பவரின் அறி-வாற்றல், அவரது தனிப்பட்ட ஈடுபாடு, அவருடையசிக்கலான மதிப்பீட்டுமுறை ஆகியவைக் காரணமாகின்றன.

நம்பகமின்மைக்கு:

அ. எடுத்துரைப்பாளர் பார்வையிலிருந்து உண்மைகள் விலகி முரண்படுதல்.

ஆ. பனுவல் மூலமாக வெளிப்படும் செயல்கள், உதாரணமாக எடுத்துரப்பாள-ரின் தவறுகள் சுட்டிக்காட்டி நிறுவிவிடும்போது.

இ. பனுவலில் இடம்பெறும் கதைமாந்தர்களின் பார்வை எடுத்துரைப்பாளரின் பார்வையோடு முரண்பட்டு தொடர்ந்து மோதலுக்கு உள்ளாகும்போது.

ஈ. எடுத்துரைப்பாளரின் மொழியே நம்பகத் தன்மையற்று இருக்கிறபோது.

9

முனைவர் க.பஞ்சுவின் தலித் இலக்கிய பார்வை

பேராசிரியர் பஞ்சு இடதுசாரி சிந்தனையாளர், மொழி அறிஞர், திறனாய்வாளர், நவீனப் படைப்பிலக்கியத்தில் ஆர்வங்கொண்டவர், பெண்ணியவாதி என்றெல்லாம் அறியப்பட்டிருக்கின்ற நிலையில், அவர் தலித் இலக்கிய ஆதரவாளராகவும் இருப்பதில் வியப்புகளில்லை. இன்றைய இலக்கியம் என்பது தலித் இலக்கியமே என்று தமது படைப்புகளைக்கொண்டும்(1), உரைகளிலும், தமது தலித் ஆதரவு நிலையை தொடர்ந்து உறுதி செய்துவருபவர்.

தமிழ்ச் சமுதாயத்தில் பிற்படுத்தப்பட்ட மக்களும், தலித் மக்களும் கடந்த காலத்தினும் பார்க்க இன்றைக்குக் கல்வியிலும் பொருளாதாரத்திலும் மேம்பட்-டிருக்கிறார்கள். இதற்குப் பெரியார், அம்பேத்கார் போன்றவர்களின் பங்களிப்பை மறுக்கவியலாதென்றாலும், அவர்கள் இன்றியும் இம்மாற்றம் நிகழ்ந்திருக்கக்கூடும். பேராசிரியர் கட்டுரைகளிலேயே அதற்கான விடைகள் உள்ளன. மனிதர்களைக் காட்டிலும் நீதியை எண்பிக்க, 'காலம்' ஒருபோதும் தவறியதில்லை எனினும் அதற்கு நாம் காத்திருக்கவேண்டும். எப்போது அதனைச்செய்யும் இன்றா நாளையா, அடுத்த தேர்தலிலா? நூறு வருடங்கள் கழித்தா? நமக்குத் தெரியாது என்பது அதிலுள்ள சிக்கல். அதுவரை? ஒடுக்கப்பட்டவர்களின் கதியென்ன? பள்ளிகூடத்தைத் திறந்துவிட்டிருக்கிறார்கள் என்பதால் மழைக்கு அங்கு ஒதுங்-கிக்கொள்ளலாமா? பொறுமையுடன் சகித்துக்கொண்டு அல்லது மைக் கிடைத்-ததென்று படபடவென்று பொறிந்துதள்ளி கண்ணைக் கசக்கி மீடியாவில் இடம்பி-டித்தால் தீர்வு கிடைத்துவிடுமா? பிறவிடயங்களைப்போலவே இப்பிரச்சினையிலும் அடிப்படையில் ஓர் உண்மை இருக்கிறது. அது, பொதுவில் பாதிக்கப்பட்டவர்கள்-தான் தங்கள் முயற்சியில் விமோசனத்திற்கு வழிகாணவேண்டுமென்கிற உண்மை.

மீட்பதற்கு 'மெசியா (Messiah) என்றொருவர் வரமாட்டார் என்ற உண்மை. இன்னொரு அய்யோத்திதாசரோ பெரியாரோ, அம்பேத்கரோ, உடனடியாக வரு-வார்களென்பதற்கு எந்த உத்தரவாதமுமில்லை என்ற உண்மை. ஏழேன் பொத்தியே (Eugène Pottier) என்றொரு பிரெஞ்சுக் கவிஞர் பாடிய புரட்சி பாடல்வரிகள்-தான் இந் நேரத்தில் நினைவுக்கு வருகிறது:

மகா இரட்சகரென்று எவருமில்லை
கடவுளில்லை, சீசரில்லை,
மனிதர் உரிமையைக் காட்டிக்காக்கும்
ரொமானியர்களின் ட்ரிப்யூனும் இன்றில்லை
உற்பத்தியாளர்களே, நம்மை நாமே
காப்பாற்றிக்கொள்வோம்! (1)

இங்கே கவிஞர் உற்பத்தியாளர்கள் என்றழைப்பது முதலாளிகளை அல்ல, தங்-கள் உழைப்பை நல்கி உற்பத்திக்கு ஆதாரமாக இருக்கும் தொழிலாளர்களை. உழைக்கும் வர்க்கம் புத்தி தெளிந்தாலன்றி விமோசனமில்லை என்கிறார் கவிஞர். ஒடுக்கப்பட்ட மனிதர்கள் அனைவர்க்கும் பாடல் பொருந்தும். இந்தியாவை பொறுத்தவரை வெகுகாலமாகவே இங்கே வர்க்கபேதம் பற்றிய புரிந்துணர்வை சாக அடிப்பதே சாதிய வெறிதான். ஓரிடத்தின் சமூகம், பூகோளம், பண்பாடு, தனி மனிதனின் அபிலாஷைகள் இவற்றையெல்லாம் கணக்கில் கொள்ளாத மார்க்ஸி-யமும் இதற்குப் பெரிதும் உதவமுடியாது. இந்தப்பின்னணியில்தான் இந்தியாவில் தலித் அரசியல், தலித் இலக்கியம் போன்றவற்றைப் பார்க்கவேண்டும்

க. பஞ்சாங்கம் தலித் சமூகத்திற்கு எதிரான அவலங்கள், தலித் இலக்கியம் இரண்டையுமே பரிசீலனைக்கு எடுத்துக்கொண்டிருக்கிறார். ஒடி ஒளிதலோ, மழுப்-பலோ இன்றி மனதிற்கு நேர்மையாகத் தோன்றுபவற்றைச் சொல்வதில் வழக்கம்-போல தெளிவும் துணிவும் இருக்கின்றன. 'தலித்' சமூகத்தை முன்வைத்து கட்சி அரசியல், இலக்கிய அரசியல் இரண்டையும் பேசுகிறார். இரண்டிலுமே விடியல் என்பது முற்றாக அச்சமுதாயமக்களைச் சார்ந்தது என்பதை நம்பும் க.பஞ்சு, அச்-சமூகத்திற்கு தலித் ஆதரவாளர்களின் பங்களிப்பும் அவசியமானதுதான் என்பதைத் தெரிவிக்கும் பஞ்சு, அதனைத் தலித் அல்லாத பிறமக்களின் கண்ணோட்டத்துடன் எடைபோட்டுப் பார்க்கிறார்.

'தலித்' என்ற சொல்லை தலித் அல்லாதவர்கள் பயன்படுத்துகிறபோது பொது-வில் சந்தேகிக்கவேண்டியிருக்கிறது. தலித் ஆதரவாளர்கள் அனைவருமே பேராசி-ரியர் க. பஞ்சாங்கத்தைப் போன்றவர்கள் அல்ல. இங்கு தலித் ஆதரவாளர் எனப் பிரகடனபடுத்திக்கொண்டு அரசியல், இலக்கியம் போன்றவற்றில் ஒரு பாசாங்கு அரக்கு மாளிகையை எழுப்புபவர்கள் அநேகம். நூறு குறைகள் இருந்தாலும், புல்லுக்கும் நீர்பாய்ச்சுபவர்களாக இருப்பினும், தலித் மக்களுக்கு நம்பகமானவர்க-

ளாக தலித் தலைவர்களே இருக்க முடியும். அதுபோலவே பூரணமானதொரு தலித் இலக்கியத்தைத் தலித் அல்லாதார் படைத்துவிடமுடியாது. தலித்திற்கு ஆதரவாக இருப்பதுபோல தலித் தலைவர்கள் அல்லாத கட்சிகளும் காட்டிக்கொள்கின்றன. இடது சாரி கட்சிகளைத் தவிர்த்து பிறவற்றை இவ்விடயத்தில் சந்தேகிக்க வேண்டியிருக்கிறது. கட்சி சார்ந்த தலித் அரசியலை மறந்துவிட்டு, இலக்கிய அரசியலில் தலித்' என்ற சொல்லின் நிலைமைஎன்ன? அதன் ஆகிருதி என்ன, வீச்சு என்ன? நிகழ்த்தும் விளையாட்டுகள் என்ன? தன் இருத்தலை ஆழமாக வேரூன்றிக்கொள்ள போதுமான அடியுரம் அதற்குண்டா? பிறர் ஆதரவு அவசியமா என்பதை இனி பேராசிரியர் எழுத்துக்கொண்டே பரிசீலிக்கலாம்.

1. தலித் இலக்கியத்தில் ஆதரவாளர்களின் பங்கு

இக்கட்டுரை முழுக்க முழுக்க தலித் அல்லாத பிறர், தலித் இலக்கியவாதிகளுக்கு, தலித் எழுத்துக்களுக்கு உதவக்கூடிய யோசனையை வழங்குகிறது. 'இது தலித் இலக்கியத்திற்கான காலம்' என்ற முழக்கத்துடன் கட்டுரை தொடங்குகிறது. அதை நியாயப்படுத்த தலித் எழுத்துக்களும், எழுத்தாளர்களும் இலக்கியத்தில் முன்னெப்போதும் கண்டிராத வகையில் விருதுகளையும் பரிசுகளையும் வென்றிருப்பது முனைவர் க. பஞ்சுவினால் சுட்டப்படுகின்றன.

'தலித் எழுத்து' யார் எழுதுவது? என்ற கேள்வியும் 'தலித் ஆதராவளர்' செய்ய வேண்டியதும்.

தலித் எழுத்தை தலித்தாகப் பிறந்தவர்தான் எழுத வேண்டுமா? தலித் அல்லாத பிறர் எழுத முடியாதா என்ற கேள்வியைக்கேட்டு, அதற்குப் பதிலளிக்கின்ற வகையில் நீண்டதொரு விளக்கத்தைப் பஞ்சு தருகிறார். இங்குதான் 'தலித் ஆதரவாளர்' என்ற பதம் கட்டுரை ஆசிரியரின் உபயோகத்திற்கு வருகிறது.

"படைப்புத் தளத்தில் தலித் ஆதரவாளர்கள், தலித்தியத்திற்கு சார்பாக நின்று கவிதையோ, கதையோ, நாவலோ எழுதலாம். ஆனால் அந்த எழுத்துக்கள் «தலித் ஆதரவாளர்களின் எழுத்துக்கள் அல்லது படைப்புகள »" என்ற தனித் தலைப்பின் கீழ் பகுக்கப்பட்டு தலித் இலக்கியத்திற்குப் பக்கபலமாக நின்றுதான் வினை புரிய முடியுமே ஒழிய தலித் இலக்கியமாகக் கருதிவிட முடியாது." எனக்கூறும் பேராசிரியர், " இலக்கியத்திற்கு உயிர் நாடியாக விளங்குவது 'நம்பகத் தன்மை' இந்த நம்பகத் தன்மையை தலித்தாகப்பிறந்து, வாழ்ந்து வளர்ந்த ஓர் உயிரிதான் சரியாகக் கட்டமைக்க முடியும்" எனக்கூறி தலித் இலக்கியத்தை யார் எழுதவேண்டுமென்ற விவாதத்திற்கு முற்றுப்புள்ளி வைக்கிறார்.

இந்த இடத்தில் எனக்கு அமெரிக்க வரலாறு நினைவுக்கு வந்தது. 17ம் நூற்றாண்டில் அடிமைகளாக வட அமெரிக்காவிற்குக் கொண்டுவரப்பட்ட கறுப்பின மக்கள், ஆப்ரிக்க அமெரிக்கர்களாக அடையாளம் பெற்றபோதும், ஐரோப்பாவிலிருந்து வட அமெரிக்க மண்ணிற் குடியேறிய ஐரோப்பிய அமெரிக்கரோடு ஒப்பிடுகி-

றபோது வாழ்நிலை மெச்சத்தகுந்ததாக இல்லை. ஒரு மனித உயிரிக்குத் தரவேண்-
டிய அடிப்படை உரிமை மறுக்கப்பட்டு பலகாலம் துன்பத்தில் உழன்று, விரக்தியின்
உச்சத்தில் புரட்சியில் குதித்தனர். அமெரிக்க வெள்ளை இனத்தவருக்குத் தாங்கள்
எந்தவிதத்திலும் குறைந்தவரில்லை என்பதை நிரூபித்தாகவேண்டும் என்ற சூழலில்
அவர்கள் கையிலெடுத்த ஆயுதம் இசை, தங்கள் உள்ளக் குமுறலைப் பறையடித்து
தெரிவிக்க விரும்பியர்களைப்போல Drums அவர்களுக்குப் பயன்பட்டிருக்கிறது. (
ஆய்வு மாணவர்கள் கவனத்திகொள்ளவேண்டிய பொருள்) கையில் கிடைத்தவற்-
றையெல்லாம் (கரண்டி, தட்டு, எதையும் விடுவதில்லை) தட்டி ஒசையை எழுப்ப
ஆரம்பித்து அதன் தொடர்ச்சியாக பின்னாளில் ஜாஸ் இசை, இலக்கியம் எனத்-
தொட்டு அவர்களின் எதிர்ப்புக்குரலைப் பதிவு செய்தனர்:

"The black folks make the cotton, And the white folks get
the money."

என்றெல்லாம் எழுதி, தங்கள் ஆறாத் துயரை வெளிப்படுத்துகிறார்கள். இவர்-
களின் எஜமானர்களாக இருந்து இவர்களை துன்புறுத்தி வேலைவாங்கிய
வெள்ளை துரைமார்களில் ஒன்றிரண்டு நல்ல துரைமார்களும் இருக்கவே செய்-
தனர். ஆனால் அவர்களால் இவர்களின் வலியை உணர்வூர்வமாக வெளிப்ப-
டுத்த முடியுமா? அதை பாதிக்கப்பட்ட கருப்பரின மக்களின் குரலாகக் எடுத்துக்-
கொள்ள முடியுமா? இசைக்கும் இலக்கியத்திற்கும் நேர்மையாக நடந்துகொண்டதா-
கப் பொருள்படுமா? ஆக, நண்பர் க. பஞ்சு கூறுவதுபோல தலித் இலக்கியத்தையும்
ஒரு தலித் படைப்பதுதான் முறை, நியாயம். பேராசிரியர் கூறுகிற நம்பகத் தன்-
மைக்கும், இலக்கிய நேர்மைக்கும், அவை மட்டுமே உதவும்.

அ. வாசகர்கள்

தலித் ஆதரவாளர்கள் செய்யவேண்டியது தலித் இலக்கியத்திற்கு பக்கபலமாக
நிற்பது. க.பஞ்சு தரும் யோசனை. வாசகர்களாக இருந்து, அப்படைப்புகளுக்கு
முன்னுரிமைதருவது: "வாசகர் என்ற தளத்தில் தலித் ஆதரவாளர்கள் தலித்
கலை, இலக்கிய வளர்ச்சிக்குப் பெரும் பங்களிப்பினை தலித் எழுத்துக்களை
விலைக்கு வாங்கி விற்பனைக்குப் பக்க பலமாக நிற்க முடியும்" என்கிறார்.

ஆ. திறனாய்வாளர்கள்

"தலித் இலக்கியத்தினை ஒரு தலித்தாகப் பிறந்தவர்தான் படைக்கவேண்டும்
என்கிற கருத்தாக்கத்தைக் கட்டமைத்ததுபோல தலித் இலக்கியத்தை மற்றொரு
தலித்தே திறனாய்வு செய்யவேண்டும் என்கிற கருத்தாக்கம் உருவாகவில்லை" -
என க. பஞ்சு வருத்தப்படுவதில் முழுவதாக உடன்பாடில்லை. தலித் இலக்கி-
யங்கள் 'தலித்' அடையாளம் என்கிற சிறப்பு அடையாளத்தைக் கொண்டிருந்தா-
லும், அவை தமிழ் இலக்கியத்தின் கிளைப் பிரிவை சேர்ந்தது. மாராத்திய தலித்
இலக்கியமும், தமிழ்த் தலித் இலக்கியமும் வேறுபட்ட மொழியையும், வேறுபட்ட

உரையாடலையும் நடத்த வாய்ப்பிருக்கிறது இதனையெல்லாம் உள்வாங்கிக்கொள்-
கிற திறனாய்வாளர் பொது நிலத்திலிருந்துதான் வரவேண்டும். தலித் திறனாய்வா-
ளர் தலித் சார்பு நிலை எடுக்கும் ஆபத்துமுள்ளது. தலித் இலக்கியத்தின் குரல்,
தலித் மக்களுடைய குரலென்றாலும், தலித் அல்லாத பிறரிடத்திலும் போய்ச்சே-
ரவேண்டும், அவர்கள் வலிகளை தலித் அல்லாத பிறர் உணர்வதுதான் அதன்
உள்நோக்கமாக இருக்க முடியும். இந்நிலையில் அவ்வலியை பகிர்ந்துகொள்ள
முடிந்த, இலக்கியம் அறிந்த, வாசிப்புத் திறன்கொண்ட நடுநிலை திறனாய்வாளர்-
கள் திறனாய்வு செய்வதில் எவ்விதத் தீங்கும் நேர்ந்துவிடாதென நினைக்கிறேன்.
முனைவர் க.பஞ்சுவே நல்ல உதராணம்.

இ. இதழ்கள் பதிப்பகங்கள்

இங்கே தமிழ் ஊடகங்கள், சிற்றிதழ்கள் தலித் இலக்கியத்திற்குச் செய்துவரும்
பங்களிப்புகளும், இவற்றைத் தவிர தலித் படைப்பாளிகளால் நடத்தப்படும் இதழ்-
கள் அளித்துவரும் பிரத்தியேகப் பங்களிப்புகளும் நினைவுகூரப்படுகின்றன. தலித்
இலக்கியத்திற்கு ஆதரவாக இருந்துவரும் பதிப்பகங்களைப் பட்டியலிடும் க.பஞ்சு
அவற்றை சந்தேகிக்கவும் செய்கிறார். *"தலித் அரசியலும் தலித் இலக்கிய சொல்-
லாடலும் முதலிடத்தை நோக்கி நகர்கிற ஒரு காலகட்டத்தில், அவைகளை நுகர்-
வுபண்டமாக மாற்றிச் சந்தைச் சரக்காக விற்க முயல்கிற பதிப்பகத்தாரையும்
வெகுஜன ஊடகத்தையும் தனியே அடையாளம் கானவேண்டும் என்றும் சொல்லத்
தோன்றுகிறது"* என்கிற பஞ்சுவின் ஆதங்கத்தைப் புரிந்துகொள்ள முடிகிறது.
ஆனாலும் தலித் இலக்கியத்தின்மீது பதிப்பகங்கள் காட்டும் அக்கறைக்குக் கார-
ணம் எதுவாயினும், அவர்கள் தரும் ஒத்துழப்பு தலித் இலக்கியத்தின் வளர்ச்சிக்கு
உதவுகிறது.

2. தலித் இலக்கியமும் தலித் ஆதரவாளர்களும்

க.பஞ்சுவின் இக்கட்டுரை தலித் ஆதரவாளர்களாக இருப்பவர்கள் என்-
னென்ன சிக்கல்களைப் எதிர்கொள்கிறார்கள் என்பது பற்றி பேசுகிறது.

<u>**அ. 'பிராமணர் அல்லாதவர்களும்' - 'தலித் அல்லாதவர்களும்'**</u>

இருபதாம் நூற்றாண்டின் ஆரம்பத்தில் அறியவந்த 'பிராமணர் அல்லாதவர்-
கள்', இருபதாம் நூற்றாண்டின் பிற்பகுதியில் அறியவந்த தலித் அல்லாவதர்கள்'
ஆகிய இரண்டு சொற்களையும் கொண்டு சில உண்மைகளை விளக்குகிறார்.' «
பிராமணர் அல்லாதவர்' என்று கட்டும்போது அல்லாதார் நடுவில் பிராமணர்க-
ளுக்கு ஆதரவாளர்களாகச் சிலரும் உருவாயினர் என்பதைப்போல, *'தலித் அல்-
லாதவர்'* என்ற மனப்பான்மை உயர்சாதியினர் நடுவில உருவாகும்போது *'தலித்
ஆதர்வாளர்கள்'* எனச் சிலரும் உருவாலியுள்ளனர். ஆனால் *'பிராமணர் ஆதர-
வாளர்களாக'* இயங்குவதும் *'தலித் ஆதரவாளர்களாக'* இயங்குவதும் ஒன்றல்ல
என்பதை யாரும் எளிதாக புரிந்துகொள்ள முடியும் »" - என்கிற பேராசிரியரின்

கூற்று முழுக்க முழுக்க உண்மை . இதனை அடிப்படையாகக்கொண்டு தலித் ஆதர்வாளர்கள் எதிர்கொள்கிற பிரச்சினைகளை வரிசைப்படுத்துகிறார்.

ஆ. தலித் ஆதரவாளர்கள் புறக்கனிக்கப்படுகின்றனர்

"பிராமண ஆதரவாளராக இயங்கும்போது சமூக அந்தஸ்தும் உயர்வும் கூடு-வதற்குத் தமிழ்ச் சமூகத்தில் வாய்ப்பு ஏற்படுத்தப்பட்டிருக்கிறது; ஆனால் தலித் ஆதரவாளராக இயங்கும்போது தலித்துகளுக்கு ஏற்படுவதுபோலவே தாழ்வும் புறக்-கனிப்பும் இழிவும் வந்து சேர்கின்றன" - என்கிறார்

பிராமண ஆதரவாளர்கள் ஒரு படிமேலே போய் பிராமணர்களே வியக்கும்-வகையில் தங்களைப் பிராமணர்களாக கற்பிதம் செய்துகொண்டு வலம் வந்ததும் இங்கு நடந்துள்ளது. அதற்கு மாறாக தலித் ஆதராவாளர்கள், தாங்கள் தலித் அல்லவென்று அவ்வப்போது சமூகத்திற்கு நினைவூட்டிக் கொண்டிருக்கிறார்கள். பேராசிரியர் கூறுவதைப்போல தலித்துகளுக்கு ஏற்படும் தாழ்வும் புறக்கணிப்பும் தமக்கு நேர்ந்துவிடக்கூடாதென்கிற எச்சரிக்கை அதற்குக் காரணமாக இருக்கலாம்.

இ. தலித் ஆதராவளர்களிடத்தில் தலித் மக்கள் கொள்கிற சந்தேகம்.

'தலித் ஆதரவாளர்கள்' தங்களை முன் நிறுத்திக்கொள்ளாமல் தங்களைத் தாங்களே கண்காணித்துக்கொள்ளவேண்டியதிருக்கிறது, காரணம் தலித் ஆதரவா-ளர்களிடத்தில் தலித் மக்கள் முழுமையாக நம்பிக்கை கொள்வதில்லை. குறிப்பாக இலக்கிய தளத்தில் இத்தகைய சந்தேகப் பார்வைகள் தீவிரமாக வெளிப்படு-கின்றன. இலக்கிய தளத்தில் இயல்பாகவே விளங்குகின்ற போட்டி, பொறாமை, தன்னை நிலைப்படுத்த முயலும் தந்திரம் எல்லாம் சேர்ந்து தலித் ஆதரவாளர்-களாக இருப்பது பன்மடங்கு சிக்கலுக்குரியதாக இருக்கிறது . இந்த நிலையில் "மேல் சாதி மேட்டிமைப்பார்வை உனக்குள்ளும் இறைந்து கிடக்கிறது" என்ற குற்ற சாட்டிற்கு உள்ளாவோம் என்ற நிலைக்கு தலித் ஆதரவாளர்கள் தள்ளப்படுகின்-றனர்." என்கிற பேராசியரின் கூற்றும் நாம் ஏற்றுக்கொள்ளக்கூடியதுதான். "தலித்-துகள் நம்மை ஏன் சந்தேகிக்கிறார்கள்?" எனத் தலித் ஆதரவாளர்கள் யோசிக்க வேண்டும்; "நம்மை ஆதரிக்கிறவர்களை ஏன் சதேகிக்கிறோம்?" என்ற கேள்வி-யைத் தலித்துகளும் தம்மிடம் கேட்டுக்கொள்ளவேண்டும்.

தலித் ஆதராவளர் ஒரு சிலரின் திருதராட்டிர தழுவலை, தலித்துகள் புரிந்-துகொண்டிருப்பது அவற்றில் ஒன்று. சூடுபட்ட பூனைகள் எல்லா பாலையும் சந்-தேகிக்கவே செய்யும் என்பதுமனித இயல்பு. தவிர மனிதர் பண்பில் 'ஆதரவா-ளர்', 'பாசக்காரர்', 'உடன் பிறவா' சொற்களெல்லாம் பயணாளிக்கு இலாபத்தைத் தருமென்றால் கொண்டாடப்படுவதும், நட்டத்தைத் தருமென்றால் தூக்கி எறியப்ப-டுவதும் இயற்கை. நம்வீட்டுக் குழந்தையைக் தூக்கலாம், கொஞ்சலாம், பரிசுகள் அளிக்கலாம். தவறிழைக்கிறபோது தண்டிக்கவும் செய்யலாம். ஆனால் அடுத்த-வீட்டுக் குழந்தையென்றால் தூக்கவும் கொஞ்சவும் பரிசளிக்கவும் மட்டுமே உரி-

மையுண்டு. பத்து நாள் கொஞ்சியிருக்கின்றேனே, ஒரு நாள் கண்டித்தால் என்ன தப்பு என்று நினைத்தோமென்றால் முடிந்தது. இனி எங்கள் வீட்டிற்கு வராதே எங்கள் குழந்தையைத் தூக்காதே என்கிற கண்டிப்புக் குரலைக் கேட்க வாய்ப்புண்டு. தலித் படைப்பாளிகளும் தங்களுடைய எழுத்தைப் பாராட்டுகிற தலித் அல்லா தாரை வாழ்த்துவதும், அதே தலித் அல்லாதார் எதிர்மறையான கருத்துகளை வைக்கிறபொழுது அவர் நேர்மையைச் சந்தேகிக்கவும் செய்வதென்பது இயல்பு.

ஈஈ. தலித் ஆதரவாளரின் இருப்பு

« *தலித் இலக்கியத்தைத் தலித்துதான் படைக்க முடியும் என்ற நிலையில் தலித் ஆதரவாளர் எழுத்தும் தலித் எழுத்தாக முடியாத நிலையில், அவருடைய இருப்பே வினாக்குறியாகிவிடுகிறது. இன்னிலையில் தலித் இலக்கியம் குறித்தே பேசிக்கொண்டிருந்தால், தன் எழுத்துக்குறித்து பேசுவதற்கான சூழலையெப்படிக் கட்டமைப்பது* » என்ற நெருக்கடி அவருக்கு ஏற்படுகின்றது. எனவே « *சிந்தனைத் தளத்திலும் அரசியல் தளத்திலும் தலித் ஆதரவாளராக வெளிப்படுகிற படைப் பாளிகளில் சிலர், இலக்கிய தளத்தில் தலித் இலக்கியம் குறித்துப் பேசுவதைத் தவிர்க்கின்றனர்* » எனப் முனைவர் க.பஞ்சு கூறுவதிலும் பொருளுண்டு. தலித் எழுத்தாளர்களே தங்கள் இருப்பை நிலைநாட்டிக்கொள்ள மந்திர தந்திர பிரயத் தனங்களில் பெரும் பொழுதைக் கழித்துக் கவனமாக இருக்கிறபோது, ஊருக்கு உழைத்து என்ன பலன் கண்டோம் என்ற கேள்வி ஆதராவாளருக்குத் தோன்ற தவறினாலும், அவர் நலனின் அக்கறைகொண்ட நான்குபேர் நினைவூட்டவே செய்வார்கள். « *தலித் இலக்கியம் தோன்றிய அளவிற்குத் தலித் இலக்கியம் குறித்த எழுத்துகள் பெரிதும் தோன்றவில்லை* » என்கிற க.பஞ்சுவின் ஆதங் கத்தை துறைசார்ந்த மக்கள் புரிந்துகொள்வார்கள் என நினைக்கிறேன்.

உ. தலித் இலக்கியங்கள் இரக்கத்தை எதிர்பார்க்கின்றனவா?

"பொதுவாக எல்லா இலக்கியத்திற்குள்ளும் உள்ளோடும் ரத்தத் துடிப்பாக நின்று இயங்கிக்கொண்டிருப்பது "இரக்க உணர்வை- கருணை மனோபாவத்தை" உற்பத்தி செய்கிற முயற்சிதான், தலித் இலக்கியத்திற்கும் இந்த இரக்க உணர்வை உற்பத்தி செய்வதுதான் அடிப்படையாக அமைந்துள்ளது; தலித் கவிதைகளிலாவது ஒரு வகையான முழக்கமிக்க அரசியல் கவிதைகளைக் கானமுடிகிறது. புனைக தைகளில் இந்த இரக்க உணர்வு உற்பத்திதான் பிரதானமான ஒன்றாகச் செயல்ப டுகிறது. அதனாலேயே கூடத் தலித் புனைகதைகள் பலவும் எல்லா மொழியிலும் சுயசரிதை இலக்கியமாகவே வெளிப்பட்டு பலருக்கும் வாசிப்புப் பொருளாக விளங் குகின்றன, எனக் கருத வாய்ப்பிருக்கிறது" - என்ற பஞ்சுவின் கருத்திற்கு மாற்றுக் கருத்து இருக்க முடியாது. "தலித் இயக்கமும், தலித் இலக்கியமும் பாரதம் தழுவி யதாக உலகம் தழுவியதாக பரந்து விரிந்த தளத்திற்கு நகர்ந்திருக்கின்றன" என் கிற பஞ்சாங்கத்தின் கூற்றை ஏற்றுக்கொண்டாலும், பஞ்சு தெரிவிக்கிற உலகத்தில்

(நமக்கு உலகம் எனப்படுவது இன்றுவரை மேற்குலகும், வட அமெரிக்காவுமாக இருப்பதன் அடிப்படையில்) தலித்துகளின் குரலாக ஒடுக்கப்பட்டவர்களின் குரலாக பார்க்கப்படுகிறதே அன்றி இலக்கியமாக பார்க்கப்படுவதில்லை, என்பதையும் நாம் கவனத்திற்கொள்ளவேண்டும். ஒரு எமே செசேரோ (Aimé Césaire,) லெயோ போல்ட் செதார் சங்கோர்(Léopold Sédar Senghor) ஈடான கவிஞர்களைத் தலித் இலக்கியம் தரவில்லை அல்லது அவ்வாறான கவிஞர்கள் இருந்தும் அவர்களை முன் நிறுத்த தமிழ்ச்சூழல் மட்டுமல்ல இந்தியாவேகூட தவறிவிட்டதோ என்றுதான் நினைக்கத்தோன்றுகிறது. தொடர்ந்து க.பஞ்சு வெகுசனப்பரப்பில் தலித் இலக்கிய வாசகர்கள் குறைவு என்றும், கல்லூரிகளிலும் தலித் படைப்புகளிடத்தில் தலித் அல்லாத மாணவர்கள் காட்டும் அக்கறை குறைவென்றும் வருத்தப்படுகிறார். தொடர்ந்து தலித் அல்லாத பேராசியர்களிடத்திலே கூட இத்தகைய மனநிலை இருக்கிறதென்று அவர் குமுறுவது கவலை அளிக்கிற ஒன்றுதான். அதுபோலவே இடது சாரி இயங்கங்கள், தமிழ் தேசிய இயக்கங்கள், பெண்ணிய அமைப்புகள் ஆகியவை தலித் இயக்கத்தையும் தலித் இலக்கியத்தையும் தங்கள் செயல்திட்டத்தில் ஒருபகுதியாகப் பார்ப்பதும் பேராசிரியரைச் சங்கடப்படுத்துகிறது.

3. இன்றைய இலக்கியம் என்பது தலித் இலக்கியமே

புதுச்சேரி மாநிலத்தைச்சேர்ந்த காரைக்காலில் பேராசிரியர் நிகழ்த்திய சொற்பொழிவின் கட்டுரை வடிவம் இப்பகுதி. தொன்றுதொட்டு தமிழர் சமூகத்தில் தலித் மக்களின் நிலைமை என்ன? சமயச் சீர்திருத்தவாதிகள் தலித்துகளை ஆதரித்ததில் உள் நோக்கம் இருக்க முடியுமா? ஆட்சியில் ஏற்பட்ட மாற்றங்கள் தலித் மக்களின் வாழ்க்கையில் ஏதேனும் மாற்றங்களைக் கொண்டுவந்ததா? கடந்த காலத்தில் தலித மக்களின் முன்னேற்றத்திற்கென உழைத்த தலித்தின தலைவர்கள் யார் யார்? அவர்களின் எழுச்சி இடையில் தொய்வு அடைய எதுகாரணம் ? என்றெல்லாம் பேசிவிட்டு இன்றைய தலித் இலக்கியம் குறித்து ஓர் விரிவான விளக்கத்தைத் தருகிறார். கவிஞர்கள், புனைகதை ஆசிரியர்கள், திறனாய்வாளர்களென தலித் படைப்பிலக்கியவாதிகளின் பட்டியலையும்; தலித் மக்களைப் பொருளாக்கிக்கொண்டு எழுதுகிற தலித் அல்லாத எழுத்தாளர்களைப் பற்றிய பட்டியலையும் க.பஞ்சு தருகிறார். இன்றைய தலித் எழுத்துக்களில் காணப்படும் பண்புகளென்று சிலவற்றைக் குறிப்பிடவும் அவர் தவறுவதில்லை: அ. "புனித உடைப்புக்களை, அதன் மூலம் வெளிப்படும் 'அதிர்ச்சிகளை' உற்பத்தி செய்வதைத் தனது எழுத்துப்பாணியாக கொள்ள முயலுகிறது". ஆ. தலித் மக்களின் வாழ்க்கையை, பழக்க வழக்கங்களை, பண்பாட்டு அடையாளங்களைத் தங்கள் எழுத்தில் பதிவு செய்வதன் மூலம் மனித நாகரீக வளர்ச்சிக்குத் தாங்கள் ஆற்றியிருக்கும் பங்களிப்பினை உரத்துக் கூவுதல். இ. தலித்து இலக்கியம் உயிரோட்டமுள்ள பேச்சுமொழியை அதனுடைய எல்லாவிதமான கூறுகளோடும் பயன்படுத்த முயலுகிறது. ஆகியவை

அவை.

எனினும் « கொடியன் குளம் நிகழ்வு, பொருநையாற்றில் அடித்து தூக்கி எறி-யப்பட்ட நிகழ்வு, இவையும் பல சாதிக் கலவரங்களும் கள ஆய்வு செய்யப்பட்டுக் கட்டுரைகளாக , தகவல் படங்களாக வெளிவருகின்றன. ஆனால் ஒரு கவிதை-யாக, ஒரு நாவலாக, ஒரு சிறுகதையாக ஏன் எழுதப்படவில்லை? » என்ற பேரா-சிரியரின் கேள்விக்கு சம்பந்தப்பட்டவர்கள்தான் பதில் காணவேண்டும்.

இறுதியாக நண்பர் பஞ்சுவின் கட்டுரையை முன்வைத்து:

அ. ஆதரவாளர்கள் - எதிர்ப்பாளர்கள்

முதலாவதாக இன்றைய தமிழ் சமூகத்தில் பெருவாரியான மக்கள் தலித் ஆதரவாளர்களாக இல்லாமலிருக்கலாம், ஆனால் தலித்தியத்திற்கு உண்மையில் -சுயத்தில் - எதிரானவர்களும் அல்ல. தினசரிவாழ்க்கையே போராட்டமாக இருக்-கிறபோது, அவர்களுக்கு இதுபோன்ற அரசியல் வீணற்றவேலை. ஆனால் தன் இருத்தலை சமூகத்தில் முன் நிறுத்துகிறபோது, அச்சமூகத்தின் தராசு தன்னை எப்படி எடைபோடுமென்கிற கேள்வி எழுகிறது. இதில் படித்தவர்களேகூட 'பரம்-பரை பரம்பரையாக', 'தொன்றுதொட்டு', 'முன்னோர்கள்' ஏற்படுத்திய அறமென்று சாதி அரசியலை நம்புவதோடு, தங்களைச் சுற்றியுள்ள நாலுபேர் என்ற இருட்-டைக் கண்டு அஞ்சுகிற இந்திய சமூகத்தில், பாமரர்களைப்பற்றி சொல்லத் தேவையில்லை. இந்த நாலுபேர் பற்றிய அச்சம் தலித் அல்லாத மக்களிடம் மட்-டுமில்லை, தலித்துகளிடமும் இருக்கிறது. இக் கற்பிதம் செய்யப்பட்ட அச்சத்தை தங்களுக்குச் சாதகமாகத் திசைதிருப்பி, அதன் பலனை அறுவடை செய்ய, பலவீ-னமானவர்களைத் தேர்வு செய்து அவர்களை மீட்கவந்த இரட்சகர்களாக சிலர் தங்களை முன் நிறுத்துகிறபோது, 'நாலுபேர் இருட்டை'க்கண்டு அஞ்சும் மனோ-பாவம் உடைய மனிதர்கள் வழித்துணைக்கு ஆள் கிடைத்தால் வேண்டாமென்றா சொல்வார்கள். தலித்தியத்திற்கு எதிராகக் களத்தில் இறங்குவது இப்படித்தான் தொடங்குகிறது. இன்று தலித்தியத்திற்கு அதிகம் எதிரிகளாக இருக்கிறவர்கள் 'பிராமணர் அல்லாதவர்கள்தான்', பிராமணர் அல்லாத பிற சாதியினர்தான் அதா-வது கிராமங்களைப் பொறுத்தவரை அல்லது முகங்கள் அதிகம் தெரிந்தவையாக உள்ள இடங்களில்.

அவ்வாறே தலித் மக்கள் ஆதரவாளர்களெனக் கூறிக்கொண்டு அடிமடியில் கை வைக்கிற 'அனுகூல சத்ரு'க்கள் பற்றிய எச்சரிக்கையாகவும் க.பஞ்சுவின் கட்டுரைகளை எடுத்துக்கொள்ளலாம். அரசியல் கட்சிகளில், தலித்திய ஆதரவில் இடதுசாரிகளின் நேர்மையை எவ்வாறு சந்தேகிக்க முடியாதோ அவ்வாறே இலக்-கியவாதிகளில் க.பஞ்சு போன்றவர்களைச் சந்தேகிக்கமுடியாமலிருக்கலாம், ஆனால் தலித் ஆதரவாளரென நேசக்கரம் நீட்டுகிற எல்லா கைகளும் சூதற்றவை அல்ல.

ஆ. தலித் தலைவர்களும் தலித் எழுத்தாளர்களும்

க.பஞ்சுவே பத்தொன்பதாம் நூற்றாண்டின் பல தலித் அறிவுஜீவிகளைப் பட்டி-யலிட்டு, பின்னாளில் அதுபோன்ற முயற்சிகள் தொய்வடைந்துபோனதற்கு என்ன காரணமென ஒரிடத்தில் கேட்டிருக்கிறார். அதுபோலவே காரைக்காலில் நடை-பெற்ற கலந்துரையாடலொன்றில் தலித்மக்கள் சாதிக்கட்சிக் காண்பதில் தவறில்லை என்ற கருத்தையும் வைத்திருக்கிறார். கட்சி அரசியலில் நியாயங்கள் இருப்பதா-கவே வைத்துக்கொண்டாலும், அது தலைவர்களை அடையாளப்படுத்த மட்டுமே உதவியிருக்கிறது. சமூகத்திற்கு அவர்கள் சாதித்ததென்ன என்ற கேள்வி எழுகிறது. தலிதியசாதிக் கட்சிக்குள்ள நியாயத்தை தலித் அல்லாத அறிவு ஜீவிகள் புரிந்து-கொள்ளலாம், ஆனால் படிக்காத பிற சாதியிலுள்ள பாமரமக்கள் எப்படி எடுத்-துக்கொள்வார்கள் அதன் விளைவுகள் என்ன? என்பது பற்றியெல்லாம் யோசிக்க-வேண்டும். பஞ்சுவைப்போன்ற நடுநிலை மனிதர்கள்தான் இது குறித்தும் ஆழமாக விவாதிக்கவேண்டும். தலித் மக்களின் விடுதலைக்கு, கட்சி அரசியலைக்காட்டிலும் சமூக அரசியல்தான் நம்பகமானது. அரசியல் கட்சிவைத்து திராவிடக் கட்சிகள சாதித்ததைகாட்டிலும்(?) பெரியார் என்ற தனிமனிதர் சமூகத்தில் ஏற்படுத்திய விழிப்புணர்வு அதிகம். அயோத்திதாசர் போன்றவர்கள் விட்டுச்சென்ற வெற்றி-டத்தை, நிரப்ப தலித் அறிவுஜீவிகளில் எவரும் முன்வராதது இங்கு பெருங்குறை, அவ்வாறு வந்திருந்தால் இன்று தலித்துகள் கூடுதலாகப் பலனடைந்திருப்பார்கள்.

தலித் கட்சித் தலைவர்க்கு ஏற்படும் நெருக்கடி தலித் எழுத்தாளர்களுக்கும் இருக்கிறது. தலித் அல்லாத வசிஷ்டர்களின் ஆசீர்வாதத்திற்கு அவர்கள் காத்-திருப்பது ஒரு பக்கமெனில் ; தலித் அல்லாதவர்களின் இதழ்களால், தலித் அல்-லாத பிற ஜாம்பவான்களால் அரவணைக்கப்படாதத் தலித் எழுத்துகள், அடை-யாளம் பெறாமற்போகிற ஆபத்தும் இங்கிருக்கிறது. மேற்குலகில் கறுப்பரினத்தைச் சேர்ந்த தீவிர இலக்கிய வாதிகள் Négritude' என்ற சொல்லாடல் கொண்டு நிகழ்த்திய 'இலக்கிய அரசியலை' தலித் இலக்கியவாதிகள் புரிந்துகொள்ள வேண்-டும்; அதன் வீச்சும் வேகமும் தலித் இலக்கியத்துடன் கலக்கவேண்டும்; தலித் எழுத்தென்பது ஒடுக்கப்பட்டவர்களின் பரிதாபக் குரலாக இல்லாமல், கலகக் குர-லாய் ஒலிக்கவேண்டும். பேராசிரியர் க.பஞ்சு போன்றவர்களின் கனவை நனை-வாக்குவதற்கு அதொன்றுதான் வழி.

----

1. நவீன இலக்கியக் கோட்பாடுகள் (காவ்யா வெளியீடு) கட்டுரைத் தொகுப்-பிலிருந்து

2. N'est pas de sauveurs suprêmes,Ni Dieu, ni César, ni tribun ;Producteurs, sauvons-nous nous-mêmes !

10

'புரியவில்லை' என்ற பிரச்சினை பற்றி

எதிர்வு என்ற இதழொன்றிர்க்கு பேராசிரியர் பஞ்சு எழுதியுள்ள இக்கட்டுரையைக் காவ்யா வெளியிட்டுள்ள நவீன இலக்கிய கோட்பாடுகள் கட்டுரைத் தொகுப்பில் வாசிக்க நேர்ந்தது. பின் நவீனத்தின் வீழ்ச்சியை புரிந்துகொள்ள இக்கட்டுரை பெரிதும் உதவும். நவீனம் என்ற சொல்லுடன் இணைந்த கலையும் இலக்கியமும் அதன் பிறப்பு தொட்டு 'புரியவில்லை' என்ற சொல்லை எதிர்கொண்டு வந்தி- ருக்கின்றன. இவற்றுள் திறனாய்வாளர்கள், கலை விமர்சகர்கள் அபூர்வாமானது, மெய் சிலிர்க்கவைப்பது, பிரம்மிக்க வைப்பது என புளகாங்கிதமடைகிற படைப்புகள் கூட இத்தகைய தாக்குதலுக்கு ஆளாயின என்பதும் உண்மை.

இரண்டொரு மாதங்களுக்கு முன்பு ஒரு நண்பர் தமது புதிய நாவலொன்றை அனுப்பி எனது கருத்தைக் கேட்டிருந்தார். அதனை விமர்சனமாக எழுதினால் இதழொன்றில் பிரசுரிக்கலாம் எனவும் குறிப்பிட்டிருந்தார். அந்நண்பர் அண்மையில் வெளிவந்திருந்த எனது புதிய நாவல்குறித்த ஒரு மதிப்புரையை இச்சம்பவத்திற்கு ஒரு மாதத்திற்கு முன்பு அனுப்பியிருந்தார், நாவலைப்பற்றிய உயர்வானக் கருத்தை அதிர் பதிவு செய்திருந்தார். பதிலுக்கு அவர் நாவல் குறித்து அதே பார்வையுடன் உயர்வாக எழுதவேண்டும் என்பது தமிழ்ப் புனைகதை உலகின் எழுதப்படாத விதி. நண்பரின் எதிர்பார்ப்பிற்கு மாறாக, அவருடைய நாவல் குறித்து எதிர்மறையான கருத்துக்களை அனுப்பிவைத்தேன். இதில் ஓர் உண்மைப் பொதிந்துள்ளது. நண்- பரின் என்னுடைய நூலைப்பற்றிய நேர் மறையான விமர்சனத்தை எப்படி ஒட்டு- மொத்த வாசகர்களின் ஏகோபித்த கருத்தாகக் கொள்ள முடியாதோ அதுபோலவே நண்பரின் நூலைப்பற்றிய என்னுடைய எதிர்மறையான கருத்தையும் ஒட்டுமொத்த தமிழ் வாசகர்களின் கருத்தாக எடுத்துக்கொள்ள முடியாது. மனிதர்க்கு மனிதர்

அவரவர் வாசிப்பு திறன்சார்ந்து எடுக்கின்ற முடிவு தனித்தன்மைக் கொண்டதாக இருக்கக்கூடும். இங்கே நூலை வாசிக்காமலேயே இகழும் கூட்டத்தையோ, வேண்டியவர் எழுதினார் எனவே நன்றாக இருக்கிறது என எழுதும் கூட்டத்தையோ கணக்கிற்கொள்ளவில்லை. எது எப்படி இருப்பினும் பிறரின் அபிப்ராயத்தைக்கொண்டு ஒரு நூலைப் பற்றிய எவ்வித முன் முடிவுகளையும் எடுப்பது சரியல்ல. கலையும் சரி இலக்கியமும் சரி வெறும் அறிவுசார் வெளிப்பாடுகளோ முடிவுகளோ அல்ல, அவை புலன்களோடும் கலந்தவை. ஓர் பாடல் ஒருவருக்கு இனிமையாகவும் மற்றவருக்கு பெரும் ஓசையாகவும், ஒரு நடிகன் ஒருவரால் விரும்பப்படவும், பிறரால் தூற்றப்படவும், ஒரு பண்டம் ஒரு நாவிற்குச் சுவையாகவும் பிறிதொன்றிற்கு வேண்டாததாகவும் இருப்பதைப்போலவே கலையும் இலக்கியமும் இரண்டுபேரில் ஒருவருக்கு ஏற்கக்கூடியதாகவும் மற்றவர் நிராகரிக்கக் கூடியதாகவும் இருக்கக்கூடும். பொதுவில் புலன்சார்ந்த விருப்பு வெறுப்புகள் அனைத்துமே, ஒரு மனிதனைக் கட்டமைக்கிற இயற்கை மற்றும் சமூகக் கூறுகள் தீர்மானிப்பவை. எனவேதான் ஒரு ஓவியத்தையோ, சிற்பத்தையோ, கவிதையையோ, கதையையோ விமர்சிப்பதாகக் கூறி முன்வைக்கப்படும் 'புரியவில்லை' என்ற பதத்தையும் சந்தேகிக்கவேண்டியிருக்கிறது.

பஞ்சுவைக் காட்டிலும் வேறொருவர் இச்சொல்லை இத்தனை நுணுக்கமாக ஆழமாகவும் ஆய்வுக்கு உட்படுத்தியிருக்கமுடியாது. தீர்ப்பினை முடிவுசெய்தபிறகு குற்றவாளியை விசாரணக்கு உட்படுத்துகிற ராணுவ அல்லது புரட்சி நீதிமன்ற நடைமுறைகள் அவர் இயல்புக்கு மாறானவை என்பதை அறிவோம். இக்கட்டுரையிலும் அந்நேர்மைக் காப்பற்றப்பட்டுள்ளது. நேர்மறையாகவும், எதிர்மறையாகவும் நியாங்களும் அவற்றுக்குரிய வாதங்களும் 'புரியவில்லை' யின் பொருட்டு தெள்ளத்தெளிவாக மக்கள் மன்றத்தில் வைக்கப்படுகின்றன.

'கலைஞன்-படைப்பு-சுவைஞன்

"ஒரு இலக்கியத்தை- ஓவியத்தை - அனுபவிப்பதற்கு முழுதும் புரியவேண்டும் என்பது அவசியமில்லை என்று டி.எஸ் எலியட்டின் வார்த்தைகளைச் சொல்லிவிட்டு நகர்ந்துவிடலாமா" என்று கட்டுரையின் தொடக்கத்தில் அச்சுறுத்துவதுபோல ஒரு கேள்வியை ஆசிரியர் எழுப்பினாலும், அவர் அப்படிச்செய்யக்கூடியவரல்லர் என்பதும் நாம் அறிந்ததுதான். தொடர்ந்து 'புரியவில்லை' என்பவர்களுக்கு ஜெயகாந்தன் அளித்த பதிலென்று கட்டுரையில் இடம்பெற்றுள்ள வரிகள் சுவாரஸ்யமானவை: « *நீங்கள் படிப்பது உங்களுக்குப் புரியவில்லை என்றால் அது உங்களுக்கு எழுதப்பட்டது அல்ல; வேறு யாருக்கோ எழுதப்பட்டது என்பதுமா உங்களுக்குப் புரியவில்லை? புரியவில்லையென்றால் பேசாமல் விட்டுவிடுங்களேன்* ». இப்பதிலில் இருக்கிற நியாயத்தின் விழுக்காடுகள்பற்றி கேள்வி எழினும், ஜெயகாந்தன் குரலில் அதனைக் கற்பனை செய்துபார்க்கிறபோது நமக்கு பேதி காண்-

கிறது. ஜெயகாந்தனிடம் கேள்வியை வைத்த நபர் நொந்துபோயிருப்பார் என்பது நிச்சயம். டி. எஸ் எலியட் கூறியதைத்தான் ஜெயகாந்தன் அவருடைய பாணியில் தெரிவித்திருக்கிறார்.

« 'கலைஞன்-படைப்பு-சுவைஞன்' இந்த மூவரும் ஒரே ரத்த ஓட்ட மண்டலத்தில் கட்டப்பட்டிருக்கிறார்கள் என்பதால் ஒன்றில் குறை ஏற்பட்டாலும் கலையிலும், கலை அனுபவத்திலும் குறை ஏற்படத்தான் செய்கிறதென்றும், பார்வையாளனை நினைவில் வைத்துப் படைக்கப்படும் படைப்பு எவ்வாறு தோல்வி காணுமோ, அவ்வாறே தனக்கான பார்வையாளனை அறவே மறந்துவிட்டுப் படைக்கப்படும் படைப்பும் தோல்வி காணத்தான் செய்யும்» என்கிற பேராசிரியரின் கருத்தின் பிற்பகுதியை முழுமையாக ஏற்றுக்கொள்ள எனக்குத் தயக்கம்.

உண்மையில் சந்தை உலகில் நுகர்வோனுடைய ரசனைக்கேற்ப அல்லது அப்படி நம்பவைத்து கலையை, இலக்கியத்தை விற்கத்தெரிந்தவர்களின் சரக்குகள் அமோகமாக விற்பனை ஆகின்றன. அவர்களுக்குத் தோல்வி அரிதாகத்தான் ஏற்படும். அதுபோலவே தனக்கான பார்வையாளனை அறவே மறந்துவிட்டுப் படைக்கும் படைப்பும் தோல்வியைக் காணும் என்பதிலும் எனக்கு முழுமையாக உடன்பாடில்லை. பொதுவாக நல்ல இலக்கியங்கள் வாசகனை வாசலில் நிறுத்திக்கொண்டு கைகுலுக்க எழுந்து வருவதில்லை, மாறாக அது வீதிக்கு வந்ததும் எதிர்ப்படும் முகங்கள் தெரிந்த முகங்களாக இருந்தால் கை குலுக்குகிறது. ஆனால் தமிழ்ச் சூழலில் நல்ல படைப்புகளாக இருந்தாலுங்கூட அரசியல்வாதி நடைபயணம்மேற்கொள்கிறபோது ஆட்களைத் திரட்டுவதுபோல வாசகர்களைத் திரட்டும் சாமர்த்தியம் இருப்பின் அவர்தான் இலக்கியசந்தையில் 'பெஸ்ட் செல்லெர்'. ஆக இங்கு 'புரியவில்லை' என்ற பிரச்சினைகள் எழவாய்ப்பே இல்லை. இங்கு படித்து புரியவில்லை என்பவர்களை காட்டிலும், படிக்காமலேயே 'புரிகிறது' என்று சொல்பவர்களும் இருக்கவே செய்கிறார்கள் (இதற்கெல்லாம் நதிமூலம் ரிஷிமூலம் தேடிக்கொண்டிருப்பது வீணற்ற வேலை). ஆகையால் ஆக இதுபோன்ற வாசகர்களை வலைவீசிப்பிடிக்கும் சாதுர்யம்கொண்ட எழுத்தாளர்கள் வாசகர்களை அறவே மறந்துவிட்டும் எழுதலாம்.

'புரியவில்லை' யார் காரணம்?

'புரியவில்லை' பிரச்சினை எதனால் எழுகிறது, யார் காரணம் வாசகனா? படைப்பாளியா? என்று கேள்விக்கு இருவிதமான 'புரியவில்லை'களைத் தெரிவித்து, இரண்டுபேரையுமே குற்றவாளிகள் என்கிறார் ஆசிரியர். முதலாவது 'புரியவில்லை' படைப்பாளிகளால் உருவாவது: « புதியபாதை போடுகிற - சோதனை முயற்சியில் இறங்குகிற- கலை படைப்புகளை ஒட்டி » - என்கிறார் பஞ்சு. அடுத்தது வாசகர்களிடமிருந்து உருவாவது: « ஜன்ஸ்டன் 'சார்பு நிலைக் கொள்கை' புரியவில்லை என்றால் அதைப் புரிந்துகொள்ளக்கூடிய அளவிற்கு, அந்தத் துறை-

யில் தனக்குக் கல்வி அறிவு போதாது என்று சரியான முடிவுக்கு வருகிறார்கள். ஆனால் ஓர் ஓவியமோ, ஒரு கவிதையோ புரியவில்லையென்றால், இது ஒரு மோசமான ஓவியம் (அ) கவிதை என்று உடனே மதிப்பிட்டு முடிவு கூறிவிடு- கிறார்கள் » (பெட்ராண்ட் ரஸ்ஸல் கூறியதாகக் கூறப்படுகிறதென்று - ஆசிரியர் தெரிவிக்கிறார்). முதலாவதாகச் சொல்லப்பட்ட « முயற்சியில் இறங்குகிற கலை- ஞன், அர்ப்பணிப்புத் தன்மையோடு செயல்படும்போது, படைப்போடு தன் பணி- யைச் சுருக்கிக்கொள்ளாமல், தன் பாதையை மற்றவர்களுக்கும் பழக்கப்படுத்த- வேண்டிய நெருக்கடியான கடமையையும் மேற்கொள்கிறான். தன் பாதையை ஓர் இயக்கமாக்குகிறான். அவன் ஒரு சமூக இயக்கத்தோடு இணையும்போது அவன் கடமை எளிதாகிவிடுகிறது. அவன் படைப்புத் தன்மை மரபாகி விடுகிறது »- என்- கிறார்.

எப்போது புதிய முயற்சி மரபாகிறது என்பதையும் கவனத்திற்கொள்ளவேண்டும். ஒரு சமூகத்தில் ஒருவரோ சிலரோ கூடி அறிமுகப்படுத்தும் சடங்கு தம்மில் பெரும்பான்மையோரின் நன்மைக்கு உதவும் என நம்பிக்கையை விதைக்க முடிந்- தால் அச்சடங்கு மரபாகிறது. மேற்குலகில் கலையில் இலக்கியத்தில் மேற்கொண்ட பல சோதனை முயற்சிகள் பின்னாளில் ஆதரவற்றுபோனதற்கு பெரும்பாலான இலக்கியவாதிகளின் நம்பிக்கையை அச்சோதனை முயற்சிகள் பெறாததே கார- ணம். மாறாக ரஸ்ஸல் கூற்றென்று சொல்லப்பட்டதை ஆசிரியர் முழுமையாக ஏற்- றுக்கொள்வதில்லை. « புரியாததற்கு கலைஞன் பொறுப்பில்லை; வாசகனின் கலை அறிவு போதாமையே என்று ஒரே அடியாகச் சொல்லிவிடலாமா? « எனக்கேட்- கிறார். பேராசிரியர் கூறுவதைப்போல ஐன்ஸ்டீனுடைய 'சார்பு நிலைக்கொள்கை' யைப் பொருளாதாரம் படிக்கும் மாணவன் தனக்குப் "புரியவில்லை" எனக்கூறி- னால், உனக்குப் புரியாது அதற்குரிய கல்வி உனக்கில்லை எனக்கூறிவிடலாம், ஆனால் பௌதிகம் படிக்கும் மாணவன் புரியவில்லையென்றால் அவனுக்குப் புரி- யும்படி அவனுடைய பேராசிரியர் போதிக்கவில்லை என்றுதானே பொருள்கொள்- ளவேண்டும். பல ஆண்டுகளாக இலக்கியத்துடன் பரிச்சயம் உள்ள, ஆழமான வாசிப்பு உள்ளவர்கள் நேர்மையாக புரியவில்லையென்று சொல்கிறபோது அவர்க- ளின் கருத்தை படைத்தவர் கவனத்திற்கொள்ளவேண்டுமே தவிர, பஞ்சு கூறு- வதைப்போல வாசகனின் கலை அறிவு போதாமையைச் சாக்காகச் சொல்லி, படைப்பாளி நழுவ முடியாது.

<u>கலை மக்களுக்காக?</u>

வேறொரு கேள்வியையும் கட்டுரை ஆசிரியர்வைக்கிறார்: "ஓரளவு கலைக- ளோடு பர்ச்சயம் உள்ளவர்களுக்கே 'புரியவில்லை' என்ற நிலை ஏற்படும்போது, பொது மக்களின் நிலை என்ன? எந்த மக்களின் நலனுக்காகப் படைக்கப்படுவ- தாகக் கூறப்படுகிறதோ, அந்த மக்களுக்கு இது புரியுமா? " எனக் கேட்கிறார்.

இதுவும் நியாயமான கேள்விதான். எல்லா மக்களுக்கும் படைப்பு போய்ச்சேர-வேண்டியதுதான். ஆனால் இதில் சில ஐயங்கள் எழுகின்றன. எல்லோரும் சாப்-பிடவேண்டும் என்று இலைபோடுகிறோம். பசி இருக்கிறவன், உட்காருகிறான், சாப்பிடுகிறான். உட்காரமாட்டேன், சாப்பிடமாட்டேன் என்பவனை என்னசெய்வது. நாம் இலைபோடமுடியும், உணவை பரிமாறமுடியும், உண்பதற்கு வாசகன்தான் முயற்சிகள் எடுக்கவேண்டும். ஆக இந்த 'புரியவில்லை' பிரச்சினையை எழுத்தா-ளர் -வாசகர் இருவருமே புரிந்துகொண்டு இறங்கிவரவேண்டும், இப்புரிதல் இருவ-ருக்குமே உதவும்.

'புரியவில்லை' - தீர்வுகள்

புரியவில்லை என்ற பிரச்சினைக்கு பேராசிரியர் சில தீர்வுகளையும் முன்மொ-ழிகிறார். அவற்றுள் ஒன்று புரியவில்லைக்கு எதிர்சொல்லான புரிதலைத் தனிப்-பட்ட ரசனையோடு பொருத்திப் பார்க்காமல் செயல்பாட்டுடன் சம்பந்தப்படுத்-திப்பார்த்தல். « *பாரதியின் பாடல்களைப் படித்துவிட்டு சுரண்டும் அமைப்பிற்கு சேவகம் செய்த-செய்கிற- பழம்பெரும் படிப்பாளிகளைவிட தெருவில் 'அச்சம் இல்லை அச்சம் இல்லை!' என்று பாடிக்கொண்டுபோன பாமரர்கள்தாம் பாரதி-யைச் சரியாக புரிந்துகொண்டார்கள்* »- என்று கூறுகிறபோது, நாம் வாயடைத்-துபோகிறோம். பஞ்சு கூறுவதைப் போலவே ரூஸ்ஸோவின் 'சமூக ஒப்பந்தம்' நூல் பெருமை பெற்றது அதனைப் புரிந்துகொண்டவர்களால் அல்ல, அதனைப் புரட்-சியாகச் செயல்படுத்தியவர்களால் என்ற உண்மை பேராசியரின் கருத்திற்கு வலு சேர்க்கிறது. இரண்டாவது தீர்வாக பஞ்சு முன் வைப்பது. 'பயிற்சி': « *தர்க்கமற்ற மிகவும் சிக்கலான ஒரு மொழி அமைப்பை குழந்தையொன்று பயிற்சியில் தன்ம-யமாக்கிக் கொள்வது போல, படைப்பைப் புரிந்துகொள்வதிலும் இந்தப் பயிற்சிக்-குப் பங்குண்டு. இலக்கியம் படைப்பது பழக்கமாகிப்போவதுபோல, இலக்கியத்தைப் புரிந்துகொள்வதும் பழக்கமாகிப் போய்விடவேண்டும்* »-என்கிறார். தவிர 'புரிய-வில்லை' என்பதைத் தவிர்க்க 'முயற்சி'யும் இன்றையமையாதது எனக்கூறி புரிந்-துகொள்வதில்லுள்ள ஐந்து தளங்களைக் குறிப்பிட்டுள்ளார் 1. ஒரே பார்வையில் உடனடியாகப் புரிந்துகொள்வது. 2. தன் அனுபவ அடிப்படையில் புரிந்து கொள்-வது. 3. தன் கொள்கை அடிப்படையில் புரிந்துகொள்வது 3. கலா பூர்வமாய் புரிந்-துகொள்வது 5. நாம் அறியாமலேயே நமக்குள் வாய்க்கும் மரபு அடிப்படையில் புரிந்துகொள்வது. புரிதல் அனைந்துமே இவற்றில் ஏதாவதொன்றின் உதவியுடன் நடப்பதென்பது ஆசிரியரின் கருத்து.

இறுதியாக இலக்கியத்தைப் புரிதல் என்பது மொழியைப் புரிதல் மட்டுமல்ல, மனிதன் தன்னை, தனது சமூகத்தை, தன்கால சமூக இயக்கங்களின் சாரத்தை, தன் பிழைப்பை, இசை ஓவியம் முதலிய பிறகலைகளைத், துறைகளைப் புரிதல் என முத்தாய்ப்பாக ஆசிரியர் தரும் விளக்கம் கோடி பெறும்.

11

பேச்சும், பனுவல் வாசித்தலும்

உயிரியக்கம் ஓசையால் உறவாடுகிறது. புலன் உணர்வுகளின் வெளிப்பாடுகள் அனைத்துமே ஒருவகையில் பேச்சின் உட்பிரிவுகள்தாம். நமது பார்வைக்கும் உறவுக்கும் ஓசையும் மொழியும் தரும் உருமாற்றம் 'பேச்சு'. மொழியைக் குழைத்தும் பிசைந்தும் கிடைக்கிற பேச்சுக்கு இலக்கியம் ஓர் நிரந்தர பிம்பத்தை ஏற்படுத்தித் தருகிறது பேச்சு செயல்பட சில அத்தியாவசியப் பொருட்கள் தேவை.ஓசை, உச்சரிப்பு, தொனி, கால பிரமாணம், பேசுபவர் கேட்பவர் இருவருக்குமிடையே யான உறவு, பேச்சில் தொடர்புடைய இரு மனிதர்களின் தகுதரம், இடங்கள் (உதாரணத்திற்கு நேருக்கு நேரா, ஆளுக்கொரு திசையில் இருந்துகொண்டா?) பேச்சுக்கு பேசுகின்ற நபரின் தேவை எந்த அளவிற்கு முக்கியமோ அந்த அள விற்கு கேட்பவர் என்று ஒருவர் வேண்டும் இல்லையேல் அப்பேச்சால் எவ்வித பயனுமில்லை. நட்போ பகையோ இரண்டிற்கும் பேச்சு வேண்டும். எண்ணத்தை ஓசையுடன் பகிர்ந்து கொள்ள பேச்சு உதவும், அதே எண்ணத்தை மௌனமாக பகிர்ந்துகொள்ள எழுத்து உதவும். பேச்சு மொழி கேட்கும் தருணத்தில் மட்டுமே செயல்படமுடியும், மாறாக எழுத்து வடிவ பேச்சு எழுதிய தருணத்தைக் கடந்து நிற்கும். எடுத்துரைப்பில் பேச்சு தவிர்க்கமுடியாததொரு தனிமம். எடுத்துரைப்பு குறித்த பேராசிரியரின் திறனாய்வு கட்டுரைகளில் எட்டாவது அத்தியாயத்தில் பேச் சும், அதனைத் தொடர்ந்து பனுவல் வாசிப்பும் இடம்பெற்றுள்ள

கிரேக்கத்ததுவாதிகள் பிளாட்டோ, அரிஸ்டாடில் இருவரின் பேச்சுக்களைபற்றிய சிந்தனைகளுடன் கட்டுரை தொடங்குகிறது. பேச்சு, பாவனையான பேச்சு என்ற இருவகையான பேச்சுகள் அவற்றின் உட்கூறுகளைபற்றிய சிலவிளக்கங்களும் நமக்குக்கிடைக்கின்றன. எழுத்திலக்கியத்தை பொறுத்தவரை பாவனைபேச்சு முக்-

கியம் பெறுகிறது. பாவனைபேச்சே நாடகம் எனச் சொல்லப்படுகிறது. அரிஸ்டாட்டில் கருத்தின்படி பாவனையானப் பேச்சு, வார்த்தை சார்ந்தது மட்டுமல்ல, போலச் செய்தல் என்ற செயல்பாடும் அதற்குள் வருகிறது. ஆசிரியர் "போலச் செய்தலைப் பல்வேறுவகையில் பொருள்கொள்ள வாய்ப்பிருப்பினும், அதனில் நாடகமாந்தர்களின் உடலசைவு, பேச்சு, நடத்தல் போன்றவைகளை மட்டும் கணக்கில் எடுத்துக்கொள்ளலாம்", என்கிறார்.

காட்சிப்படுத்துதல் பனுவல் என்று வருகிறபோது அதன் பங்குதாரர்களின் நிலைமை என்ன? முதலாவதாக எடுத்துரைப்பாளர், இவர் காட்சிபடுத்துதலில் நிகழ்ச்சிகள் அல்லது உரையாடல்கள் நேரடியாகக் காட்டப்பட்டதால் காணாமற்போய்விடுகிறார், வாசகர்கள் பனுவலில் தன் வாசிப்பின் மூலம் பார்த்ததையும் கேட்டதையும் குறித்து தானே ஒரு முடிவு மேற்கொள்ளும் உரிமை உடையவர்களாக இருக்கிறார்கள்.

இது தவிர இன்றைய நாவல் கலை என்ற ஒன்று உருவானதற்கு நாவலாசிரியர்கள் தங்கள் கதைக் காட்சிப்படுத்தவேண்டிய ஒன்று என்கிற சிந்தனைக்கு இடம்கொடுத்ததே காரணமென்ற தகவலையும் கட்டுரை ஆசிரியர் தருகிறார். பத்தொன்பதாம் நூற்றாண்டின் இறுதி, பிரெஞ்சு முடியாட்சி தமது செல்வாக்கை இழந்திருந்த காலம். பிரெஞ்சு நிர்வாசபையில் பிரபுக்களும், மதகுருமார்களும் பொருளாதார நெருக்கடிகாலத்திலும் பெற்றிருந்த சலுகைகள் பொதுமக்கள் பிரநிதித்துவசபையையும் அவர்களுக்கு ஆதரவாக இருந்த ஒரு சில பூர்ஷ்வாக்களையும், ஒன்றிரண்டு மதகுருமார்களையும் எரிச்சலைடையச் செய்தன. அதன் பின்னர் நடைபெற்ற பிரெஞ்சு புரட்சியையும் அதன் அரசியல் விளைவுகளையும் அறிவோம். கலை இலக்கியத்தில் வேறொரு புரட்சிக்கு அது காரணமாயிற்று. படைப்பிலக்கியவாதிகள் முடியாட்சி, மதகுருமார்கள், பிரபுக்கள், அதீதக் கற்பனைகள், வியந்தோதல்கள் அதாவது கற்பனாவாதம் கூடாதென்று எதார்த்தவாதத்தின் பக்கம் ஒதுங்குகிறார்கள். சராசரி மாந்தர்களும் அவர்களுடைய பிரச்சினைகளும் புனைவுகளில் இடம்பெறத் துவங்கின. நேர்க்கூற்று முறை தவிர்க்கபட்டது. கதைமாந்தர்களூடாக பேசினார்கள். பேராசிரியர் குறிப்பிடுகிற காட்சிப்படுத்தும்போக்கு இக்காலகட்டத்தில்தான் புதினங்களில் அதிகம் காண முடிந்தது. பாவனையானப் பேச்சு என்பது வார்த்தைபேச்சு மற்றும் போலசெய்தல் என்று பார்த்தோம் — பொதுவில் இதனைக் காட்சிப்படுத்துதல் என வைத்துக்கொண்டு, இம்முறை கற்பனாவாத பேச்சுமுறையைக் காட்டிலும் சரியானதாவென்ற கேள்விக்கு, இரண்டிலும் சாதகப் பாதகப் பலன்கள் ஒரு பனுவலில் இருப்பதற்கு வாய்ப்புகள் உண்டெனவும், எடுத்துரைப்பின் வெற்றி தோல்வி என்பது உத்திகளில் இல்லை அவற்றின் செயல்பாட்டிலேயே உள்ளன என்றும் தெரிய வருகிறது.

போலச் செய்தலில் ஏற்படும் சிக்கல்கள்

போலச்செய்தல் என்பது நாடகப் பேச்சு அல்லது காட்சிபடுத்துதல். இத்தலைப்-பில் காட்சிப்படுத்தலிலுள்ள சிக்கல்களை பேராசிரியர் கூறியுள்ளார். ஒரு புனை-கதை எடுத்துரைப்பில் இடம்பெறும் நிகழ்வுகளை அப்படியே உள்ளது உள்ளவாறு (tel qu'il est) காட்சிப்படுத்தவியலாத சூழல் இருப்பதற்கு பனுவல் மொழி-யையும் குறியீட்டையும் நம்பியிருப்பதைக் காரணமாகச் சொல்கிறார். அதேவேளை மொழிகொண்டு ஏறக்குறைய ஒரு போலச்செய்தலை (முழுமையானப் போலச்-செய்தல் அல்ல) அதாவதொரு காட்சிபடுத்துதலை செய்யமுடியும் எனத் தெரிய-வருகிறது. அப்படி காட்சிபடுத்துகிறபோது எடுத்துரைப்பில் எடுத்துரைப்பாளர் தமது இடத்தைத் தொலைக்கிறார், விளைவாக அவர் கையிலுள்ள காட்சிப்படுத்த உதவு-கிற மொழிக் கேமரா, நாவலில் முக்கித்துவம் பெறுகிறது. காட்சிக்குதவுகிற இப் பாவனைமொழி கால அளவு, தகவல் அளவு என்பதுபோன்ற பல்வேறு அளவீடுக் கருவிகளைக்கொண்டு வெவ்வேறுவிதமான செயல்பாட்டுதளத்தில் இயங்குகிறது. அவை நேரடிப்பேச்சு, சுருக்கம், மறைமுகச்சொல்லாடல், சுதந்திரமான மறைமுகச் சொல்லாடல், நேரடிச் சொல்லாடல், சுதந்திரமான நேரடிசொல்லாடல், சுதந்திர-மான மறைமுகச்சொல்லாடல் என வகைப்படுத்தப் பட்டுள்ளன. புனைவில் அதி-கம் இடம்பெறும் சுதந்திரமான மறைமுகச்சொல்லாடலின் மொழி இயல்கூறுகளுக்கு உதாரணமாக அறிவிப்பு சார்ந்த வினைச்சொற்கள், காலம் காட்டும் அமைப்பு, வினாக்கள், விவாத முறைக்கூறுகள் சொல்லப்பட்டுள்ளன. இதன் செயல்பாடுவ-கைகள் என நாம் அறியவருபவை:

1. பேசுபவர்களை அடையாளப்படுத்துவது மற்றும் என்னபேசவேண்டும் என்-பதை வடிவமைப்பது

2. ஒரு பனுவலின் பன்முகத்தன்மையை (பேச்சாளர்கள் மற்றும் அவர்களின் அணுகுமுறைகளில்) பெருக்கிக்காட்டுதல்

3. மற்றொரு மாற்றமைப்பினை அதே பனுவலுக்குள் அடையாளங் காண உதவுவதால், பனுவலுக்குக் கூடுதலான அர்த்தச் செறிவை அளித்தல்.

4. சிந்தனையை மறுவுருவாக்கம் செய்துகொள்ள வழியமைத்துத் தருவதால் நனவோடை உத்திக்குப் பயனளிக்கிறது.

5. கதை மாந்தர்களின் தன்மைக்கேற்ப பனுவலுக்குள் ஒளிந்திருக்கும் படைப்-பாளியின் நடவடிக்கைகளையும் மறுவுருவாக்கம் செய்ய துணைசெய்தல்.

பனுவல் வாசித்தல்:

எடுத்துரைப்பினை திறனாய்வுக்கு எடுத்துக்கொண்ட ஆசிரியர் இப்பகுதியில் வாசிப்பு அதன் தன்மைகள், இயங்கும் விதம், அதன் அடிப்படிப்படையில் கிடைக்-கிற வாசகர்கர்களின் பன்முகத்தன்மை ஆகியவற்றை விளக்க முற்படுகிறார். ஒரு புனுவலைப் படைத்தலைப்போலவே, அப்பனுவலை வாசித்தலும் படைப்பிலக்கி-யத்தில் முக்கியத்துவம் பெறுகிறது என்பதனை மிகவும் தெளிவாகவும் விரிவாக-

வும் ஆசிரியர் இப்பகுதியில் சொல்லியிருக்கிறார். "ஒரு பனுவலை ஒரு பொரு-ளில் இரண்டுதடவை வாசிக்க முடியாதென்பதின் அடிப்படையிலேயே" வாசித்தல் இயங்குதளத்தில் எடுத்துரைப்பு குறித்து திறனாய்வுசெய்தவர்கள் அக்கறை காட்ட காரணமாயிற்று. இங்கே, " ஒரு பனுவல் வாசிக்கப்படுகிற தருணத்தில்மட்டுமே உயிர்ப்பினை பெறுகிறது எனவே ஒரு பனுவல் வாசகனின் பார்வையிலிருந்து பார்க்கப்படவேண்டும்" என்கிற ஐசர் என்பவர் கருத்தும் மிக முக்கியமானது. தனது சிந்தனையை, கற்பனையை தனக்குரிய மொழியில் நடையில் நேரடியா-கவோ மறைமுகமாகவோ ஒரு படைப்பாளி பனுவலில் கொண்டுவருகிறார். அப்-பனுவலில் தான் சொன்னதாக படைப்பாளி நினைத்ததையெல்லாம் அதே கனத்-துடனும், அடர்த்தியுடனும், மென்மையுடனும் வாசிப்பவர் உள்வாங்கியிருப்பாரா என்பது கேள்வி.

"பனுவலின் உருவாக்கத்தில் வாசகர் பங்கெடுப்பதுபோலவே வாசகரை வடி-வமைப்பதில் பனுவல் பங்கெடுக்கிறது" என்ற கருத்தும் சிந்திக்கத்தக்கது. ஆக முழுக்க முழுக்க ஒரு படைப்பாளியால் அல்ல, ஒரு வாசகராலேயே பனுவலொன்-றின் சிறுமையும் பெருமையும் தீர்மானிக்கப்படுகின்றன என்ற உண்மையை அண்-மைக்காலத்தில் முன்வைக்கப்பட்ட எடுத்துரைப்பு சிந்தனைகள் தெரிவிக்கின்றன. வாசகரை முதன்மைப்படுத்தும் இந்த அணுகு முறையை பேராசிரியரின் கட்டுரை 'நிகழ்தல்' என்று சொல்கிறது. இருவகை நிகழ்வுகள் சுட்டிக்காட்டப்படுகின்றன.

1. தன்னிச்சையாய் சுயமாய் இயங்கும் நிகழ்வு

2. பலபடித்தாய் இயங்கும் நிகழ்வு

நிகழ்வை ஆற்றுகிற வாசகர்களை அவர்களின் அணுகுமுறையின் அடிப்-டையில் வகைப்படுத்தியுள்ளார்கள்:

1. உண்மையான வாசகர்கள்

2. மேலான வாசகர்கள்

3. அறிவார்ந்த வாசகர்கள்

4. இலக்கிய வாசகர்கள்

5. மாதிரி வாசகர்கள்

6. உள்ளுணர்வு வாசகர்கள்

7. கொள்கைவாசகர்கள்

மேற்கண்ட ஏழுவகை வாசகர்கள் பல்வேறு திறனாய்வாளர்களால் சுட்டிக்காட்-டப்பட்டவர்கள். சற்று ஆழ்ந்து பரிசீலித்தால் இன்னுங்கூட சில பெரும்பிரிவுகளை-யும், கிளைபிரிவுகளையும் அவற்றில் சேர்க்க முடியும். தொல்காப்பிய ஆசிரி-யர் காட்டுகிற வாசகர் ஓர் உதாரணம் : "கண்ணினும் செவியினும் திண்ணிதின் உணரும் உணர்வுடைய மாந்தர்" -பனுவலோடு இரண்டறக் கலந்து ஒட்டிக்கிடக்கிற ஒருவர்.

வாசித்தலின் இயங்கியல்

ஏற்கனவே நாம் பார்த்ததைப்போன்று பனுவலின் மொழி, அதன் குறியீடு, அதுசார்ந்த சிக்கல்கள், வாசகரின் அணுகுமுறைகள் ஆகியவற்றைப் பொருத்தது.. தொடக்கத்தில், வாசகரின் தனித்தன்மையை விரட்டிவிட்டு தனது போக்கிற்கேற்ப வாசகரை அது மாற்றுகிறதென்றும், சிறிது சிறிதாகத் தகவல்களைத் தருவதன்- மூலம் எந்நேரமும் அவற்றை இணைத்துக்கொள்ளும்படியான சூழலை அமைத்- துக் கொடுக்கிறதென்றும், அதனால் பல வாசிப்புப் படிநிலைகளுக்கு வாசகர்கள் போகமுடிகிறதென்றும், வாசித்தலின் இறுதிப்பகுதி பனுவல் குறித்த முடிவான ஒரு கருத்தினை எட்ட உதவுகிறதெனவும் தெரியவருகிறது.

ஒரு பனுவலுக்குள் படைப்பாளரைப் பொறுத்து பல்வேறு வாசிப்பு அணுகு- முறைகள் கிடைக்கின்றன. இது மிகவும் சிக்கலானது பனுவலில் படைத்தலுக்குத் தீர்மானமாக இவைதான் விதிகள், இலக்கனங்கள் என்றில்லை என்பதாலேயே வாசிப்பும் ஓர் திறந்த வெளியாக இருக்கிறது அங்கு புரிதலுக்குரிய முயற்சிகள் ஓயாமல் நிகழ்கின்றன. வாசிப்பும் விதிமுறைகளுக்கு அப்பாற்பட்டு வாசிப்பவரின் திறனுக்கொப்ப நிகழ்கிறது.

பனுவலை இயல்பானத் தன்மைக்குக்கொண்டுவருதல்:

புழக்கத்திலிருக்கிற சில சொல்லாடல்களோடு உறவுபடுத்திக்கொள்வதையே, ஒரு பனுவலை இயல்புத் தன்மைக்குக்கொண்டு வருதல் என்கிறார்கள், உதாரணம் ரொலா பார்த்தின் 'சமிக்கை'.

சமிக்கை என்றால் என்ன? "ஏற்கனவே மன அமைப்பில் உறைந்துபோன தூரத் தோற்றம், ஏதோ ஒன்றின் பல்வேறுபட்ட சிதறல் கனவாகும். இவைகள் அனைத்- தும் ஏற்கனவே வகுக்கப்பட்டவை, பார்க்கப்பட்டவை, செய்யப்பட்டவை, அணுப- விக்கப்பட்டவை. சுருக்கமாகச்சொல்வதெனில் ஏற்கனவே இருப்பவைகளை எழுப்பி விடுபவை (ந.இ.கோ பக்கம் 241)

எவ்வாறு ஒரு பனுவல் தொடர்ந்து வாசிக்கும்படி வாசகரைத் தூண்டுகிறது

"நான் இன்னும் முழுமையாக இந்தப்பனுவலை அறியவில்லை அல்லது உணரவில்லை' என்று வாசகரைத் தவிக்க வைக்கிற பனுவல் தொடர்ந்து வாசிக்- கும்படி செய்கிறதாம். இத்தவிப்பினை இருவகைகளில் பனுவல் உருவாக்குகிற- தென்று அறிகிறோம்

1. காலம் தாழ்த்தல் 2. இடைவெளிகள்

1. <u>காலம் தாழ்த்தல்</u>

தகவல்களைச் சொல்லவேண்டிய இடத்தில் சொல்லாமல் தள்ளிப்போடுதலே காலம் தாழ்த்தல். தகவல்களை அதற்கு முக்கியத்துவத்திற்கேற்ப இருவகை கால அலகுகளால் பிரித்திருக்கிறார்கள்

அ. எதிர்காலம் சார்ந்தது ஆ. இறந்த காலம் சார்ந்தது

அ. எதிர்காலம் சார்ந்தது: அடுத்தது என்ன? என்ற வினாவை உயிர்ப்புடன் வைத்து, ஆர்வத்தைத் தொடர்ந்து தக்கவைத்துக் கொள்ளும் பணியைப் பனுவல் செகிறது

ஆ. இறந்தகாலம் சார்ந்தது: முடிவைத் தெரிவித்துவிட்டு, முடிவின் காரணம், அதற்குப் பொறுப்பு யார்? புதிருக்கு விடைதேட இம்முறை உதவுகிறது.

2. இடைவெளிகள்

ஒரு பனுவலைத் தொடர்ந்து வாசிக்கும்படி செய்வதில் இடைவெளிகளுக்குப் பங்கிருக்கின்றன எனசொல்லப்படுகிறது. அதென்ன இடைவெளி? வாழ்க்கையை இயக்குகிற அனைத்திலும் இடைவெளிகள் இருக்கின்றனவென்றும் உதாரண்மாக இயறகைக்கும் மனிதனுக்குமான இடைவெளி, அறிவு இடைவெளி, உணர்வு இடைவெளி... போன்றவை. எனவே இவற்றைபற்றி பேசுகிற பனுவலிலும் இடை- வெளிகள் தவிர்க்க முடியாதவை பேராசிரியர் ஐசர் கருத்தை மேற்கோள் காட்டு- கிறார்:

"எந்தவொரு கதையும் முழுமையாகச் சொல்லப்படுவதில்லை. உண்மையில் தவிர்க்க முடியாத சில கூறுகளை நீக்கிவிட்டுச் சொல்வதன் மூலமாகத்தான் ஒரு கதை தனக்கான இயக்கத்தைத் தக்கவைத்துக் கொள்கிறது. கதையின் ஓட்டம் எப்பொழுது தடைபடுகிறதோ, கதை எப்பொழுது எதிர்பாராத திசையில் வாசகரை இழுத்துச் செல்லத் தொடங்குகிறதோ அப்பொழுது எல்லாம், தன் சொந்த காரண காரண-காரிய அறிவு பலத்தின்மூலம் தொடர்பினை நிறுவிப் பனுவல் விட்டுச்- சென்ற இடைவெளிகளை நிரப்பிக்கொள்வதற்கான வாய்ப்புக் கிடைக்கிறது"

எனவே தகவல் இடைவெளி, காலம் தாழ்த்துதலினும்பார்க்க முக்கியத்துவம் வாய்ந்தது. தவிர இடைவெளியில் உள்ள கீழ்க்கண்ட பண்புகள் கவனத்திற்கொள்- எப்படவேண்டியவை.

— அது தற்காலிகமாகவும், நிரந்தரமாகவும் இருக்கிறது

— தற்காலிக இடைவெளி ஏதோ ஒரு இடத்தில் நிரப்பக்கூடியதாகவும், நிரந்தர இடைவெளி இறுதிவரை நிரப்ப முடியாமலும் போய்விடுகிறது

— வாசிக்கிற கணத்தில் ஈர் இடைவெளி தற்காலிகமா அல்லது நிரந்தரமா என்ற முடிவுக்கு வர இயலாதது

— தற்காலிக இடைவெளிகள் காலத்தின் நேரத்திற்கும் பனுவலின் நேரத்திற்- கும் இடையிலுள்ள முரண்களால் உருவானவை

— பனுவலில் இடைவெளிகள் அதற்குரிய வளத்தோடு சிறப்பாக அமைந்தி- ருக்கும்போது வாசிப்பு செயல்பாடு இயல்பாகவே இடைவெளியை நிரப்புகிறது.

ஆகப் பொதுவில் காலம் தாழ்த்துதலும் இடைவெளியும் வாசகர் ஆர்வத்தைத் தூண்டித் தொடர்ந்து பனுவலை வாசிக்க வைக்கின்றன.

பி.கு. ஏற்கனவே கூறியதுபோன்று இக்கடுரைகள், பேராசிரியரின் கட்டுரைகளுக்கான அறிமுகமேயன்றி முழுமையானவை அல்ல. அக்கடுரைகளின் முழுப்பயனையும் அடைய பேராசிரியர் நூலை வாசிக்கவேண்டும். நவீன இலக்கிய கோடுபாடுகள் தொகுப்பிலுள்ள எடுத்துரைப்பு பற்றிய உண்மைகள் படைப்பிலக்கியத்தில் ஆர்வமுள்ள அனைவருக்கும் பயனுள்ள பகுதி, படைப்பாளிகள் வாசகர்கள் என்ற இரு தரப்பினருக்கும் உதவகூடியவை. படைப்பாளிகக்கு ஒரு பனுவலைத் தரமாக படைக்க உதவும் என்பதைப்போல வாசகர்களுக்கு ஓர் பனுவலை எப்படி வாசிக்க வேண்டும் என்பதற்கான வழிமுறையை அளிக்கும். பேராசிரியரின் கடல் போன்ற மொழிஞானத்தையும் உழைப்பின் பயனையும் முழுமையாகப் பெற அவரது நூல்களை வாங்கிப் பயனடையுங்கள் — நன்றி:

க.பஞ்சாங்கம் கட்டுரைகள்: நவீன இலக்கியகோட்பாடுகள், காவ்யா பதிப்பகம், சென்னை -24

12

கதை மனிதர்கள் : க. பஞ்சு வின் 'அக்கா' நாவலை முன்வைத்து

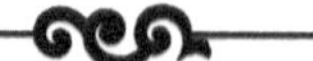

பேராசிரியர் க.பஞ்சாங்கத்தின் இந்நாவலை படித்து முடித்த கணத்தில் என்னுள் கண்டது: நாம் அனைவருமே கதைகளால் விதைக்கப்பட்டு, கதையாக முளை- விட்டு, கதைகளால் நீருற்றப்பட்டு, கதைகளை உயிர்ச்சத்துக்களாகபெற்று, கதை- களாக காலத்தைக் கழித்து, கதைகளாக முடிகிற - கதை மனிதர்கள், என்ற உண்மை. உலகில் எத்தனை கோடி மனிதர்கள் உண்டோ அத்தனை கோடி கதை- கள் இருக்கின்றன. ஒவொரு மனிதனும் தனித்தவன் என்பதுபோல அவனுள் உறைகிற கதைகளும் நிலம் சார்ந்து, சமூகம் சார்ந்து, பொழுதுசார்ந்து தனித்- தன்மை கொண்டவையாக இருக்கின்றன. புனைவுகளுக்குக் கவர்ச்சியைத் தருவது இத்தனித்துவம் தான். எனினும் எல்லோரும் கதை சொல்லிகளாக அவதாரம் எடுப்பதில்லை, கதை சொல்ல முன்வருவதில்லை. சிலர் மட்டுமே முனைகிறார்கள். இந்தச் சிலரை தூண்டுவது எது? அந்த உந்துதலின் பிறப்பிடம் எது?

உரிய காலத்தை எதிர்பார்த்து, காற்றுடன் இசைந்து முதுமைத் தட்டிய இலைகளை உதிர்க்கும் மரங்களைப் போல, மறக்க முடியாத நினைவுகளைக் உதிர்க்க, இந்தக் கோடானுகோடி மக்கட் திரளில் தாங்கள் வாழ்ந்த வாழ்க்கையை; தங்கள் வழித்தடத்தை; குறுக்கிட்ட மேடு பள்ளங்களை; அடித்தக் கூத்தை, கும்- மாளத்தை; வாங்கிய அடியை; வாழ்க்கை அனுபவத்தின் வடுவாக நிலைத்துவிட்ட புண்ணை, அதன் தீரா வலியை பிறரோடு பகிர்ந்து கொள்ள, ஒரு சிலரை மாத்- திரம் பிடறியில் கை வைத்துத் தள்ளுவது எது?

கதை சொல்லல் கதை சொல்லிக்கு மனப்புண்ணை ஆற்ற உதவும் சுய மருந்தா? இன்றைய மானுட வாழ்க்கை வேலைத்திட்டங்களால் ஆனது. எழுதுவோம், படிப்போம், உண்போம், உறவுகளுடன் பேசுவோம், நண்பர்களுடன் தொலைபேசியில் கதைப்போம், இவைகளில் பெரும்பாலானவை படுக்கையை விட்டு எழுந்திருக்கிறபோதே வரையறுக்கப்பட்டவை. ஆனாலும் இவற்றை நிறைவேற்றுகிறபோது சில நேரங்களில் எவ்வித முகாந்திரமுமின்றி செரிக்காத உணவுபோல நெஞ்சில் கடந்த காலச் சம்பவங்கள் குறுக்கிடுகின்றன.

மனிதர்களின் ஆழ்மனது விசித்திரமானது, உறங்கும் பாம்பை ஒத்தது. நமது வெளி நடவடிக்கைகளில் ஏதோ ஒன்றினால் சீண்டப்பட விழித்துக்கொள்கிறது. இது நாள்வரை ஊமைக்காயமாக உணரப்பட்ட ஒன்றை, - (« குறைந்தது இருந்த கடனை மூன்று கூறாகப் போடும்போதாவது "மூத்தவனுக்கு வேணாம்பா" என்று அம்மா சொல்லியிருக்கலாம். மூத்த அக்காவாவது சொல்லி இருக்கலாம். அண்ணன்மார் உழைப்பில் படித்த தம்பியாகிய நான் சொல்லி இருக்கலாம். பாகப்பிரிவினையை முன்னின்று நடத்திய அந்தச் சின்னய்யா சொல்லி இருக்கலாம். யாரும் சொல்லவில்லை ») - உண்மை வலியாக பிரகடனம் செய்வித்து. சிகிச்சைக்கு ஆவன செய் என உத்தரவிடுகிறது. அவ்வாறானதொரு கட்டளையை நிறைவேற்ற பிறந்ததே இந்நாவல் என்பதென் ஊகம்.

கதை சொல்லி நாவலை இப்படித் தொடங்குகிறார்:

"காலையில் ஐந்து மணிக்கு எழுந்து விடுகிறேன் ஆறுமணிக்குள் மைதானத்திற்குச் சென்று விடுகிறேன். குறிப்பிட்ட ஒரே இடத்தில் வண்டியை நிறுத்துகிறேன். என்றும் அதே திசையில் அதே பாதையில். ஒவ்வொரு நாளும் வேறு வேறாக மாற்றினால் என்ன ? என்பதோடு சரி. மாற்ற இந்த மனம் இருக்கிறதே அது ஒத்துக்கொள்வதே இல்லை. மாற்றினால் அன்றைக்கு ஏதாவது எதிர்பாராத் தீங்கு நேரலாம் என்ற அச்சத்தை மனம் விடாபிடியாக வைத்திருக்கிறது " பின்னர் அவர் பயந்ததுபோலவே கதை சொல்லியின் சகோதரனிடமிருந்து:'சித்தப்பா, அத்தைக்குப் பல் இடுவுள ஒரு கட்டி வலிக்கினுச்சி, டாக்டர்ட் கூட்டிட்டுப் போனோம். கேன்சரா இருக்குமோன்னு சந்தேகப்படுறார். எதுக்கும் மதுரைக்குப் போயி டெஸ்டு பண்ணி கன்ஃபாம் பண்ணிக்கங்க என்கிறார்".

இந்த நாவலின் தொடக்கப் பகுதியை இத்தனை அக்கறை எடுத்து இங்கே சொல்லக் காரணம், ஜேம்ஸ் ஜாய்ஸ் சிறுகதையொன்றிலும் இப்படியொரு அனுபவம். கதையின் பெயர் 'சகோதரிகள்' (The Sisters). கதைசொல்லியான சிறுவனுக்கு இங்கும் பெயரென்று எதுவுமில்லை. அவன் தனது வழிகாட்டியான கத்தோலிக்க பாதிரியார் இறக்கும் தருவாயில் இருப்பதை : "இம்முறை தேறமாட்டார், அவருக்கே நம்பிக்கை இல்லை" என அவன் கூறுவதாக ஜேம்ஸ் ஜாய்ஸ் சிறுகதையைத் தொடங்குகிறார். சாதாரண மனிதர்கள் நம்பிக்கை இழப்பது வேறு விட-

யம் ஆனால் நம்பிக்கையையே ஆதாரமாகக்கொண்ட சமய நெறியில் நிற்பவர் நம்பிக்கையை இழக்கிறார், என்பது வேறு.

'அக்காள்' நாவல் கதைசொல்லி சாதாரண மனிதரல்ல. வாழ்வை பகுத்த-றிவோடு அணுகக்கூடியவர். நாவலில் இடம்பெறும் அவரது பேச்சும் செயலும் பின்னர் அதனை உறுதி செய்கின்றன, இருந்தும் ஏன் இந்தத் தடுமாற்றம். இது பொதுவில் மேதைமைகளிடம் காணும் பலவீனம். மேதமை என்பது சிறிது கறைப-டிந்த சித்திரம். அவர்கள் பொதுமக்களில் ஒருவரும் அல்ல, மனோபலம் கொண்ட பராக்கிரமசாலிகளும் அல்ல. அவர்களை அவர்களே சரியாகப் புரிந்துகொண்ட-தில்லை என்பதாலேயே இதுபோன்றதொரு குழப்பங்களை எதிர்கொள்கிறார்கள். அப்படி அவர்கள் குழம்பாமற்போனால் இதுபோன்ற படைப்புகளுக்கும் வாய்ப்பின்றி போய்விடும். இலக்கியம் இட்டு கட்டியதாக இருக்கக்கூடாது, இயல்பான மனித மனங்களின் வடிகாலாக இருக்கவேண்டும். 'அக்காள்' நாவல் தொடக்கம்முதல் இறுதிவரை அதனைக் கட்டிக் காக்கிறது. பாதிரியார் படுக்கையில் இருப்பதைக்-கூறி கதைக்குள் ஜேம்ஸ் ஜாய்ஸ் இழுத்துப்போகும் தந்திரம் க.பஞ்சாங்கத்திற்கும் கூடிவந்திருக்கிறது. புனைவின் ஆரம்பத்திலேயே, அக்காளின் வாய்ப்புற்று செய்தி கதை சொல்லியைப்போலவே அவரது அண்ணன் மகன் மூலம் நமக்குத் தெரியவ-ருகிறது. 'அக்கா', நமது இரக்கத்தை தொடக்கத்திலேயேபெற்றுவிடுகிறார், விளை-வாக கதைசொல்லி மாத்திரமல்ல கனத்த மனத்துடன் வாசிப்பவரும் அவருடன் பயணிக்க வேண்டியிருக்கிறது.

'சிறுவன்', 'இளைஞன்', 'குடும்பத்தலைவன்' என்று கதைசொல்லியின் மூன்று வாழ்க்கைப் படி நிலைகளோடு கைகோர்க்கும் அக்காவின் வாழ்க்கை எப்படித் தொடங்கியது, எப்படி வலம் வந்தது, எப்படி முடிந்தது என்பதுதான் நாவல். பனை-யேறி குடும்பங்களை அதிக எண்ணிக்கையில்கொண்ட கிராமமொன்றில் அம்மா, சகோதரர்கள், சகோதரிகள் என்று வாழும் கூட்டுக்குடும்பம், "அம்மா போன (இறந்த)பிறகு குடும்பங்களை இணைக்கிற ஒரு "சரடு" அறுந்து போனதுபோல் ஆயிற்று. அவரவர் குடும்பம், அவரவர் வாழ்க்கை என்று ஓடியது". என கதை-யாசிரியர் கூறுவதைப்போல, குடும்ப உறுப்பினர்கள் திசைக்கொருவராக சிதறுண்டு சடங்கிற்கும் சம்பிரதாயத்திற்கும் கைகோர்ப்பது என்பது புதியதல்ல வென்றாலும், கதைக்களனுக்குகந்த எடுத்துரைப்பைக் கையாண்டு எளிமையான, பாசாங்கற்ற மொழியில் கதையை நகர்த்துவதால் கதைமாந்தர்களோடு ஒன்றிவிடுகிறோம். கதை சொல்லி நினைவுகளை மீட்பதன் மூலம் தன் குடும்பத்துச் சிதைவில் தன்பங்கும் இருக்கிறதெனத் தன்னைத்தானே தண்டித்துக்கொண்டாலும். அச்சவுக்கடி ஒட்டு-மொத்த சமூகத்தின்மீது விழுகிறது.

நாவலின் பெயராக இடம்பெற்றிருக்கும் மூத்த அக்காள் தான் மையப் பாத்-திரம்: வீட்டு வேலைகளை மட்டுமே அறிந்த அந்த அக்காள், தாயும் உறவும்

கைகாட்டிய பனையேறி குடும்பத்தில் வாழ்க்கைப்பட்டு காட்டு வேலைக்குபோவதும், பத நீர் காய்ச்சுவதும்; பின்னர் ஆற்றில் மூழ்கிய மகனை தேடி 'காட்டு ராஜாவைப் பார்த்தியா?' என்று ஒவ்வொரு வீடாய்த் தேடுவதும், துக்குமாட்டிக்-கொண்ட மகளுக்காக தம்பியிடம் "தூக்கித் தூக்கிச் சுமந்தியே. சுமை வெச்சிட்டுப் போயிட்டாளேடா. நான் என்ன பண்ணுவேன், பாதவத்தி. நான் பாவி. நானிருக்கக் கூடாது." என்று அவுது புலம்புவதும் ; "'என்ன சொல்ற? இருக்காது. மாமாவாக இருக்காது. நீ யாரையோ பாத்துட்டு என்னமோ சொல்ற. கண்ணென்ன குருடாப் போச்சா?" என புருஷனை கண்மூடித்தனமாக நம்புவதும் என்று 'அக்கா'வைக் கதைசொல்லி காட்சிபடுத்துகிறபோதெல்லாம் வெள்ளந்தியான அப்பெண்ணுக்காக நாமும் துடிக்கிறோம். அவளே பின் நாளில் "வெஞ்சனம் கொடுப்பதற்குக் கணக்-குப் பார்க்கிறாளே" எனத் தாய் புலம்பும் அளவிற்கு மாறியதாக கதை சொல்லி தெரிவிக்கிறபோது, கிடைத்த வாழ்க்கையை அணுசரித்துப் போகும் அவள் சூழல் புரிந்து பரிதாபப் படுகின்றோமே தவிர கோபங்கொள்வதில்லை. மாறாக சந்தர்ப்பம் வாய்க்கிறபோதெல்லாம் அவள் கதைசொல்லியிடம் அன்பைப் பொழியத் தவறுவ-தில்லை. நாவலுக்கான பிறப்பிடம் அவர் பொழியும் அன்பாகத்தான் இருக்கவேண்-டும். « அவள் பாடிய தாலாட்டுப் பாடல்தான் எனது முதல் இலக்கிய சுவை, பின்னாளில் தமிழிலக்கியத்தை எடுத்துப் படிப்பதற்கானத் தூண்டல் கூட அக்கா-விடமிருந்து அரும்பி இருக்குமோ ? » என்று கதை சொல்லி தனக்குத் தானே கேட்டுக்கொள்வது நமது ஊகத்தை உறுதி செய்கிறது.

இப்பெண்மணியையத் தவிர « சின்ன வயசிலேயே தகப்பனை இவந்த பசங்க புருஷனை இழந்த மனைவி என்றுள்ள குடும்பத்தின் வெள்ளைச் சீலை உடுத்திய பேச்சிஅம்மா, மூத்த அண்ணன், சின்ன அண்ணன், சின்ன அக்காள், அவர் கணவர், கோபம் வந்தால் மூஞ்சை காட்டிவிட்டு வெளியேறும் மச்சான்ம் ஆட்டு வியாபாரம் செய்யும் சின்னய்யா, மாங்குடி அண்ணன், ஒன்றுவிட்ட பெரியப்பா மகன் அண்ணாச்சி, அண்ணாமலைப் பல்கலையில் படித்த பிச்சை, பண்ணையார் வீட்டு மைனர் ஜெயராமன் என நாவல் முழுக்க கதைகளைச் சுமக்கிற மனிதர்கள்.

பனையேறிகளின் வாழ்க்கை முறையை அவர்களுக்குள்ள நெருக்கடியை, எதிர்கொள்ளும் ஆபத்தை வேறு எந்த நாவலிலும் இப்படி வாசித்த அனுபவ-மில்லை.

இறுதியாக நூலாசிரியை அடையாளம் காண ஓர் உதாரணம்.

« மதம் மாறக் காரணமென்ன ?

கோயிலுக்குள்ள நம்மள நுழைய விடாதபோது நாமயேன் அதுல இருக்கனும் ? மரியாதை யங்க இருக்கோ அங்க போக விரும்புவதுதானே மனித மனசு »

நூலாசிரியரின் படைப்பிலக்கியங்கள் — ஓட்டுப்புல், ஒரு தலித் அதிகாரியின் மரணம், அண்மையில் வாசித்த ஒரு நூல், அனைத்துமே 'தன்னை அறிதல் என்ற

தேடல் நோக்கில் இருக்கின்றன. இப்படைப்பும் அதற்கு விதிவிலக்கல்ல என்பதை நிரூபித்துள்ளது. தவிர இ ந்நாவலில் இரண்டு விடயங்களை மறக்காமல் குறிப்-பிட வேண்டும். முதலாவதாக உண்மை அடுத்தது எளிமை. நாவலை வெவ்வேறு கோணத்தில் அணுகலாம் என்றுகூட தோன்றிற்று அதற்கு இது இடமல்ல. ஆர்-வத்துடனான நண்பர்களின் வாசிப்பிற்கு வேகத்தடையாக இருக்க விருப்பமில்லை. ஒன்றுமட்டும் உறுதி, எவ்வித ஆரவாரமுமின்றி நாவல் தனக்கான இருத்தலைச் சாதித்துக்கொள்ளும், தரமான வாசகர்கள் விரும்பி வாசிப்பார்கள்.

-முற்றும்-

நாகரத்தினம் கிருஷ்ணாவின் பிறநூல்கள்

I - கவிதைத் தொகுப்புகள்

1. பேசாதிருமனமே 2. அழுவதும் சுகமே 3. கனவிடைத் தோயும் நாணல் வீடுகள்

II - கட்டுரைகள்

1. பிரெஞ்சு இலக்கியம் பேசுகிறேன் 2. சிமொன் தெ பொவ்வார் 3. எழுத்தின் தேடுதல் வேட்டை 4. மொழிவது சுகம் 5. கதையல்ல வரலாறு 6. தமிழ் நதி 7. அல்பெர் கமுய் மரணத்தில் மர்மம் 8. காஃப்காவின் பிராஹா 9. தத்துவத்தின் சித்திர வடிவம் 10. எழுத்-தாளன் முகவரி

III - சிறுகதை தொகுப்புகள்

1. கனவு மெய்ப்படவேண்டும் 2. நந்தகுமாரா நந்தகுமாரா 3. சன்னலொட்டி அமரும் குருவிகள் 4. சிரிக்கிற ரொபோவையும் நம்-பக்கூடாது 5. மகாசன்னிதானமும் மர்லின்மன்றோ ஸ்கர்ட்டும்

IV - நாவல்கள்

1. நீலக்கடல், 2. மாத்தாஹரி 3. கிருஷ்ணப்பநாயக்கர் கௌமுதி 4. காஃப்காவின் நாய்க்குட்டி 5. ரணகளம் 6.இறந்தகாலம் 7. சைகோன் -புதுச்சேரி

vI - மொழிபெயர்ப்புகள்

பிரெஞ்சு மொழியிலிருந்து தமிழில் : 1. போர் அறிவித்தாகி-விட்டது பிரெஞ்சு சிறுகதைகள் 2. காதலன் (நாவல்) மார்கெ-ரித்துராஸ் 3. வணக்கம் துயரமே(நாவல்) ஃபிரான்சுவாஸ் சகான் 4. உயிர்க்கொல்லி பிரெஞ்சு சிறுகதைகள் 5. மார்க்ஸின் கொடுங்-கனவு(கட்டுரை நூல்)டெனிஸ்கோலன் 6. உலகங்கள் விற்பனைக்கு (சிறுகதைகள்) 7. குற்றவிசாரணை (நாவல்) லெ கிளேஸியொ 8. புரட்சியாளன் (கட்டுரை) அல்பெர்கமுய்.

தமிழிலிருந்து பிரெஞ்சு மொழிக்கு: அம்பை சிறுகதைகள் - De haute lutte

VII - In French

1. Bavani l'avatar de Mata-Hari(Roman) 2. Je vis dans le passé (Roman) 3. Le Corona Chat (recueille de nouvelles)

1. https://nagarathinamkrishna.com/mukappu/
2   https://wordpress.com/view/
franceindechassecroise.wordpress.com

----

nakrishna@live.fr,
Krishna NAGARATHINAM, 10 - rue Herschel ,
67200 - Strasbourg, FRANCE